பணம்

சில ரகசியங்கள்

டாக்டர் **சோம. வள்ளியப்பன்**

பங்குச்சந்தை வர்த்தகம், உணர்வு மேலாண்மை, சுயமுன்னேற்றம், நிர்வாகவியல், மனித வள மேம்பாடு உள்ளிட்ட துறைகளில் பல புகழ்பெற்ற நூல்களை எழுதியவர். துறை சார்ந்த செழிப்பான அனுபவமும் நிபுணத்துவமும் கொண்டிருக்கும் இவர் தொலைக் காட்சி மற்றும் பத்திரிகைத்துறை ஊடகங்களில் தொடர்ந்து இயங்கி வருகிறார்.

பங்குச்சந்தை பற்றிய இவருடைய 'அள்ள அள்ளப் பணம்' தொடர் நூல்கள் (வரிசை 1-5), வெளிவந்த காலம் தொட்டு இன்றுவரை தொடர்ந்து விற்பனையில் சாதனை படைத்துவருகின்றன.

ஆசிரியரின் பிற நூல்கள்

பங்குச்சந்தை

1. அள்ள அள்ளப் பணம் 1 - பங்குச்சந்தை: அடிப்படைகள்
2. அள்ள அள்ளப் பணம் 2 - பங்குச்சந்தை: அனாலிசிஸ்
3. அள்ள அள்ளப் பணம் 3 - பங்குச்சந்தை: ஃபியூச்சர்ஸ் அண்ட் ஆப்ஷன்ஸ்
4. அள்ள அள்ளப் பணம் 4 - பங்குச்சந்தை: போர்ட்ஃபோலியோ முதலீடுகள்
5. அள்ள அள்ளப் பணம் 5 - பங்குச்சந்தை: டிரேடிங்
6. அள்ள அள்ளப் பணம் 6 - மியூச்சுவல் ஃபண்ட்

வியாபாரம்

1. நம்பர் 1 சேல்ஸ்மேன் (சிறந்த விற்பனையாளர் ஆவது எப்படி?)
2. பணமே ஓடி வா

நிர்வாகம்

1. ஆளப்பிறந்தவர் நீங்கள் (தலைமைப் பண்புகள்)
2. காலம் உங்கள் காலடியில் (நேர நிர்வாகம்)
4. உலகம் உன் வசம் (கம்யூனிகேஷன்)
5. உறுதி மட்டுமே வேண்டும் (கமிட்மெண்ட்)
6. உறவுகள் மேம்பட (Secrets of Managing People)
7. சிறந்த நிர்வாகி ஆவது எப்படி?
8. மேனேஜ்மெண்ட் குரு கம்பன்
9. நாட்டுக் கணக்கு
10. நாட்டுக்கணக்கு -2 - இந்திய பொருளாதாரம் அன்றும் இன்றும்
11. வீட்டுக் கணக்கு
12. நேரத்தை உரமாக்கு (காலம் உங்கள் காலடியில் - 2)
13. அதிர்ந்த இந்தியா

சுயமுன்னேற்றம்

1. எமோஷனல் இண்டெலிஜென்ஸ் 2.0
2. இட்லியாக இருங்கள் - எமோஷனல் இண்டெலிஜென்ஸ்
3. தடையேதுமில்லை (சுயமுன்னேற்றக் கட்டுரைகள்)
4. உஷார் உள்ளே பார் (மனமும் சக்தியும்)
5. ஆல் தி பெஸ்ட்! (நேர்முகங்களில் வெற்றி பெறுவது எப்படி?)
6. தள்ளு (மோட்டிவேஷன்)
7. சின்னத் தூண்டில் பெரிய மீன்
8. சிறு துளி பெரும் பணம்
9. டீன் தரிகிட (பதின் பருவத்தினருக்கு)
10. சொல்லாததையும் செய்!
11. மனதோடு ஒரு சிட்டிங்
12. இவ்வளவுதானா நீ?
13. முன்னேற்றம் இந்தப் பக்கம்
14. எல்லோரும் வல்லவரே
15. காதலில் இருந்து திருமணம் வரை
16. சிக்கனம் சேமிப்பு முதலீடு
17. நல்லதாக நாலு வார்த்தை
18. உடல் மனம் புத்தி
19. பணம் - சில ரகசியங்கள்

மாணவர்களுக்கு

1. மன அழுத்தம் விரட்டலாமா
2. இந்தமுறை நீதான்
3. நீங்கள் அசாதாரணமானவர்

ஆன்மிகம்

1. எங்குமிருப்பவர் (சாய் சரிதம்)

பணம்

சில ரகசியங்கள்

சோம. வள்ளியப்பன்

கிழக்கு

பணம் - சில ரகசியங்கள்
Panam - Sila Ragasiyangal

First Edition: December 2019
152 Pages

ISBN: 978-93-86737-83-0
Kizhakku 1172

Kizhakku Pathippagam
177/103, First Floor, Ambal's Building, Lloyds Road,
Royapettah, Chennai - 600 014. Ph: +91-44-4200-9603
Email : support@nhm.in Website : www.nhm.in

kizhakkupathippagam kizhakku_nhm

Author's Email: writersomavalliappan@gmail.com
baluvalliappan5@gmail.com

Author's Website : www.writersomavalliappan.in

Kizhakku Pathippagam is an imprint of New Horizon Media Private Limited

ஏற்றுமதி குறித்து சிறப்பாக புத்தகங்கள் எழுதிவரும்
வங்கியாளர், நண்பர் சேதுராமன் சாத்தப்பன் அவர்களுக்கு

பொருளடக்கம்

1.	எது வசதி?	....	09
2.	உலகத்தில் சக்தி வாய்ந்தது எது?	....	13
3.	உங்கள் தலைமீது 6 லட்சத்து 60 ஆயிரம் கடன்	....	17
4.	கடனாளி தேசங்கள்	....	21
5.	பரிசு கொடுக்கும் அரசுகள், முதலாளிகள்	....	24
6.	பணம் ஒரு கருவி...	....	28
7.	சேர்த்து, சேர்த்து... சேர்த்துச் சேர்த்து..!	....	32
8.	நாளை வரைக்கும்தான் இந்த ஆபர்...	....	37
9.	பொன்சி திட்டங்கள்	....	41
10.	ஆசைக்கும் அறிவுக்கும் நடக்கும் போட்டி	....	47
11.	சுலபமான பணம் - என்ற ஆபத்து	....	52
12.	ஆயத்தம் செய்வது மட்டுமே வாழ்க்கை அல்ல	....	57
13.	பாதுகாப்புக்கு செய்யும் செலவு வீணா?	....	61
14.	வேண்டாம் கை வைத்தியம்	....	65
15.	இளமையில் கடன்	....	69
16.	வீடு, பிளாட்: எதற்காக?	....	73

17. பணம் சார்ந்த இலக்குகளின் முக்கியத்துவம் 78

18. எதையும் பிளான் பண்ணிச் செய்யணும் 83

19. யாருக்கு எவ்வளவு மார்க்? 87

20. நான்கில் நீங்கள் யார்? 92

21. பணத்துக்கும் உண்டு நேரம் காலம் 97

22. ஒரு ரப்பர் பேண்டை எவ்வளவு இழுக்கலாம்? 102

23. நினைப்புக்கு இவ்வளவு செலவா? 108

24. வை ராஜா வை 112

25. எதில் மகிழ்ச்சி? 116

26. பணம் சம்பாதிக்கும் வழிகளுக்கு குறைவொன்றும் இல்லை 120

27. நடக்கும் வாய்ப்பு குறைவுதான், ஆனாலும்... 124

28. செலவல்ல, முதலீடு 129

29. நட்பு வேறு முதலீடு வேறு 133

30. கண்ணுக்குத் தெரியாதது, சிந்தனையில் வராது 138

31. சில கையெழுத்துகள் தலை எழுத்தை மாற்றிவிடும் 143

32. எல்லா நேரமும் பணம் மட்டுமே போதாது 147

{ 1 }

எது வசதி?

இரண்டு நாட்களுக்கு முன்பு ஒரு காலை நேரம் பெட்ரோல் போடப்போயிருந்தேன். என் வண்டிக்கு முன்னால் சில வண்டிகள். வரிசையில் காத்திருந்தோர் பேச்சுகள் எதைப்பற்றி இருந்திருக்கும் என்று சொல்லவும் வேண்டுமா? எல்லாம் தினசரி ஏறும் பெட்ரோல் டீசல் விலை பற்றித்தான். கூடவே கொசுறாக ஒருவர் பெயரை சொல்லி, அவரை வைதார்கள். அது யாராக இருக்கும் என்பதைச் சொல்லமாட்டேன்.

பெட்ரோல் டீசல் விலைகள் இவ்வளவு உயர்வது கூடாது. இவற்றின் மூலம் வசூலிக்கும் வரிகளை அரசுகள் குறைத்துக்கொள்ளவேண்டும் என்று ஊடகங்களில் வலியுறுத்தியிருக்கிறேன். அதனால், இந்தப் புத்தகத்தில் பெட்ரோல் டீசல் விலை ஏற்றம் ஏன் எதற்கு எப்படி என்றெல்லாம் விளக்கப்போவதில்லை. தவிர, அது நான் இந்தப் புத்தகத்தில் பகிர்ந்துகொள்ளத் திட்டமிட்டிருக்கும் பணம் குறித்த ரகசியமும் அது அல்ல.

ஆனாலும், அந்த விலை ஏற்றங்கள் குறித்து இங்கே குறிப்பிட வேறு ஒரு காரணம் இருக்கிறது.

இந்த விலை ஏற்றம் உங்களை தனிப்பட்ட அளவில் எவ்வளவு பாதித்திருக்கிறது? இது கேள்வி. கூடுதல் செலவு என்பது சரி. கோபம் வருகிறது, ஓக்கே. ஆனால், கேட்கப்படும் கேள்வி வேறு. அது, உங்களை, உங்கள் நிதி நிலைமையைப் பாதித்திருக்கிறதா?

ஏப்ரல் 2018-ல் லிட்டர் 76 ரூபாய். செப்டெம்பரில் 85 ரூபாய். லிட்டருக்கு 9 ரூபாய் கூடுதல். மாதம் 20 லிட்டர் போடுகிறவருக்கு 180 ரூபாய் அதிக செலவு.

இப்போது கேள்வியை சற்று மாற்றிக்கொள்ளலாம். மாதம் 180 ரூபாய் கூடுதலாக செலவானால் தாங்க முடியவில்லை என்ற நிலையில் இருக்கிறீர்களா?

அடடா! நான் தாங்கவேண்டுமா? ஏன் தாங்கவேண்டும் என்பதெல்லாம் சரிதான். அதல்ல கேள்வி. உங்கள் நிதி நிலைமை எப்படி இருக்கிறது என்பதுதான் இப்போதைய விசாரனை.

அதிக உடல் எடை இல்லாதவர்களைப் பார்த்து, ''ஊதினாப் பறந்திடுவான்'' என்பார்கள் அல்லவா, அவ்வளவு எடை குறைவானவர்கள் சிலர்.

அது உடல் எடை. அதைப்போல இது ஒருவருடைய 'பண எடை'.

பலருக்கும் மாதம் 180 ரூ கூடுதல் என்பது பிரச்னையாக இல்லாமல் இருக்கலாம். ஆனால், வேறு சில அதிகரிக்கும் தொகைகள் அவர்களை கலக்கப்படுத்தும். மொத்தத்தில் கேள்வி என்னவென்றால், நீங்கள் பார்த்துப் பார்த்து செலவு செய்யவேண்டிய நிலையில் இருக்கிறீர்களா?

ஸ்கூல் பீஸ் கட்டவேண்டிய தேதி வந்தால் வயிற்றில் புளியைக் கரைக்கிறதா? எங்கே யாரிடம் கடன் வாங்கலாம் என்று யோசிக்க வேண்டிய நிலையா? பண்டிகைகள் வரவு முன்கூட்டியே பயமுறுத்துகிறதா?

முன்பெல்லாம் மாதக் கடைசிகள் சிலருக்கு சிரமம் என்பார்கள். அதெல்லாம் இப்போதில்லை. இது கிரெடிட் கார்டு, ஈ.எம்.ஐ. காலம். அதனால் மாத ஆரம்பங்கள்தான் சிலருக்குச் சிக்கல். சம்பளம் வரும் தான். ஆனால் நான்கு ஐந்து தேதிகளுக்கு முன்பாகவே சரசரவென்று காலியாகிவிடும். சில சமயங்களில் ஈ.எம்.ஐ. பிடிக்க கணக்கில் பணம் இருக்காது. அந்த தேதிக்கு முன்பு கடன் வாங்கி நாமே கணக்கில் கட்டி, 'பவுன்ஸ்' ஆகாமல் பார்த்துகொள்ளவேண்டும். இல்லா விட்டால் 'சிபில் ஸ்கோர்' போய்விடுமே!

இது ஏதோ நடுத்தர வர்க்கத்துக்கு மட்டும் இருக்கும் நிலை என்று எண்ணிவிடவேண்டாம்.

கவனித்தீர்களா, நடுவில் ஒரு வார்த்தையைப் பயன்படுத்தினேன். ஆம்.. 'நிலை' என்பதுதான் அந்தச் சொல்.

தனிநபர், குடும்ப நிதி நிர்வாகங்களில் மட்டுமல்ல. பெரிய பெரிய கார்பரேட்களிலும் இப்படிப்பட்ட 'நிலை'கள் உண்டு.

அனில் தெரியுமா என்று கேட்டால், அணிலுக்கு மூன்று சுழி அல்லவா என்று கேட்கக்கூடாது. இது இரண்டு சுழிதான். முழுப்பெயர் சொன்னால் விளங்கும். அனில் அம்பானி. திருபாய் அம்பானியின் இரு புதல்வர்களில் இளையவர். தந்தை இறந்தபின் குடும்பச் சொத்துகளைப் பிரித்துக்கொண்டு தனித்தனியாக வியாபாரம் செய்கிறார்கள். அண்ணன் ஏற்கனவே ரிலையன்ஸ் இண்டஸ்டிரீஸ் மூலம் ஸ்டெடி.. அடுத்து, ஜியோ வேறு பெரும் வெற்றி. ரிலையன்ஸ் என்ற ஒரு நிறுவனத்தின் சந்தை மதிப்பு மட்டும் 5.75 லட்சம் கோடி ரூபாய்.

தம்பி அனில் அம்பானிக்கு ஏனோ ஆரம்பத்தில் இருந்தே சரியாக வரவில்லை. 2017 டிசம்பரில் அவர் நிலை என்ன தெரியுமா?

அவர் தொடங்கிய ரிலையன்ஸ் கம்யூனிகேஷன் என்ற 'ஆர்.காம்.' கம்பெனிக்கு மொத்தம் 45 ஆயிரம் கோடி கடன். இரண்டு தவணைகள் வட்டி கட்டமுடியாமல் போக, தனிநபர்களுக்கு இருக்கும் 'சிபில் ஸ்கோர்' போன்ற கார்பரேட்களுக்கான 'கிரெடிட் ரேட்டிங்'கில் இரண்டு அடுக்கு கீழே தள்ளப்பட்டது அவரது நிறுவனம்.

'திருப்பிக் கட்டும் திட்டம்' என்று அனில் நிறுவனம் இரண்டு ஆண்டுகளாக ஏதோ சொல்கிறதே தவிர ஏதும் ஒப்பேறவில்லை என்று பிட்ச் நிறுவனம் கையைக் கழுவிவிட்டது. எப்படி வசூல் செய்யப்போகிறோம் என்று பாரத ஸ்டேட் வங்கி உட்பட கடன் கொடுத்த உள்நாட்டு, வெளிநாட்டு வங்கிகள் கையைப் பிசைந்துகொண்டு நின்றன.

இவற்றால் தொழில்துறை வட்டாரத்தில், உலக அளவிலேயே, அனில் குழும நிறுவனங்களுக்கு மதிப்பு சரிந்தது. 2ஜி சேவைகள், டெல்காம் டவர்கள், ஸ்பெக்ட்ரம், ரியல் எஸ்டேட், மும்பை நகருக்கான மின்வினியோகம், DTH என்று ஒவ்வொரு வியாபாரமாக மூடிக்கொண்டே போகும் நிலை.

சில ஆண்டுகளுக்கு முன்பு அனில் அம்பானி குழும பங்குகளின் சந்தை மதிப்பு 4 லட்சம் கோடி ரூபாயாக இருந்தது. 2017-ல் அது 50 ஆயிரம் கோடி ரூபாயாக, அதாவது ரூபாய்க்கு 12 பைசா போல ஆகிவிட்டது. 4 லட்சம் கோடி ஆறு லட்சம் கோடி ஆகலாம். ஐந்தாவது ஆகலாம். நான்கிலேயே கூட நிற்கலாம். ஆனால் இப்படியா சரியும்!

அவர் அண்ணன் முகேஷ் அம்பானி அல்லது அவர் வயதொத்த ஆனந்த் மகேந்திரா, ராகுல் பஜாஜ் போன்றோருடன் ஒப்பிட்டால்,

இன்று அவர் 'ஊதினால் பறந்து விடக்கூடிய' அளவுதான் இருக்கிறார். மனதுக்குள் கேலியாகச் சிரித்துக் கொள்வார்கள்.

அனில் அம்பானிக்கு, படுத்தால் தூக்கம் வருமா என்று தெரியவில்லை. மாபெரும் சபைகளில் அவருக்கு மாலைகள் விழ வேண்டாம்; அவரால் தலைநிமிர்ந்து நடக்க முடியுமா என்று கூடச் சொல்ல முடியவில்லை.

'எறும்பும் அதன் கையால் எண் சாண்' என்பார் அவ்வைப் பாட்டி. மனிதன் மட்டுமல்ல, மிக மிகச் சிறிய உயிரான எறும்பும் அதன் கையால அளக்கப்பட்டால் எட்டு சாண்தான் இருக்கும்.

அதாவது, அவரவர் நிலையில் அவரவர் சௌகர்யமாக இருக்க வேண்டும். இல்லாவிட்டால் மன உளைச்சல்தான். அதனால், உடல் நலக்கேடு, மகிழ்ச்சிக் குறைவுதான்.

அனில் அம்பானியைக் காட்டிலும் நிம்மதியாக இருக்கக்கூடிய உண்ண, உறங்கக்கூடிய, நடமாடக்கூடிய மனிதர்கள் எவ்வளவோ நபர்கள் மாதம் சில ஆயிரங்கள் வருமானத்துடன் இருக்கலாம்.

விஷயம் இதுதான்.

'எவ்வளவு இருந்தால் நீங்கள் வசதியானவர்?' என்பதல்ல.

எப்படி இருந்தால் நீங்கள் வசதியானவர் என்பதுதான் சிந்திக்க வேண்டிய கேள்வி.

ஆமாம், எப்படி இருக்கவேண்டும்?

இப்படிச் சிந்திக்க வேண்டிய பல கேள்விகளையும் அறிந்துகொள்ள வேண்டிய அரிய பாடங்களையும்தான் இந்தப் புத்தகத்தில் பார்க்கப் போகிறோம்.

{ 2 }

உலகத்தில் சக்தி வாய்ந்தது எது?

அவர் பெயரைச் சொல்லவேண்டாம் (ஆமாம், இவர் பெயரையும் தான்). வசதிக்காக தாமோதரன் என்று வைத்துக்கொள்வோம்.

பொதுத்துறை நிறுவனத்தில் அலுவலர் வேலை. நல்ல சம்பளம். குறிப்பிட்ட அளவு நேரம் மட்டுமே வேலை. அதனால் அவரது உபரி நேரத்தில், அவர் மனைவி பெயரில் 'ரியல் எஸ்டேட்' தொழில் செய்ய ஆரம்பித்தார்.

இதெல்லாம் நடந்தது சுமார் 10 ஆண்டுகளுக்கு முன்பு. அது ரியல் எஸ்டேட் மிக நன்றாக இருந்த நேரம். இவர் வாங்கி விற்றதில் நல்ல லாபம் கிடைத்திருக்கிறது. மேலும் அவர் ஊருக்கு வெளியில் வாங்கிய ஒரு இடத்தின் விலை புதிய பேருந்து நிலையம் அங்கு வந்ததால் ஏகத்தும் உயர்ந்துவிட்டது. மிக நல்ல விலைக்குக் கேட்டார்கள். கொடுக்கவில்லை.

விலைக்குக் கேட்டவரிடத்திலேயே அந்த இடத்தை அடமானம் வைத்து, நல்ல தொகையை இரண்டு வட்டிக்குக் கடனாக வாங்கினார். அந்தப் பணத்தை வைத்து மீண்டும் வேறு இடங்களில் கிரவுண்டுகள் வாங்கிப்போட்டார். அவர் அதிர்ஷ்டம் அவையுமா விலை ஏறும்! ஏறின. ஒரு விளம்பரத்தில் நடிகர் நாசர் சொல்வதுபோல, 'விற்றார். வாங்கினார், விற்றார்'. போகப்போக அவர் செய்யும் வாங்கல், விற்றல்களின் அளவுகள் அதிகரித்தன.

முதலில் கடன் வாங்கியது 24%க்கு. அடுத்தடுத்த கடன்கள் 36 வட்டிக்குத் தான் கிடைத்தன. அதனால் என்ன, லாபம்தான் கொட்டுகிறதே!

இப்போது ஊருக்கு வெளியே சில ஏக்கர்கள் மலிவான விலைக்குக் கிடைத்தன. அதைமட்டும் வாங்கி பிளாட் போட்டு விற்றால் அவர் பல கோடிகளுக்கு அதிபதி ஆகிவிடலாம். வாங்கும் அளவு அவரிடம் பணம் இல்லை. குறைந்தது.

மனைவியின் நகைகளை விற்றார். போதவில்லை. குடியிருந்த வீட்டை அடமானம் வைத்தார். நாலு வட்டி கேட்டார்கள். பிளாட் போட்டு விற்க அதிகபட்சம் மூன்று மாதம் கூட ஆகாது. முதல் சில விற்பனைகளில் கிடைக்கும் தொகையிலேயே இந்தப் பணத்தைத் திருப்பிவிடலாம். அடமானத்தில் இருந்து மீட்டு 4 வட்டிக் கடனை முடித்துவிடலாம் என்பது திட்டம்.

தைரியமாக இறங்கினார். அமெரிக்காவில் 'சப் பிரைம்' பிரச்னை போன்ற பல்வேறு காரணங்களால் உச்சதிலிருந்த பங்குச் சந்தை வீழ்ந்த்து. ரியல் எஸ்டேட் விலைகள் உடனே விழவில்லையே தவிர, வியாபாரம் நடக்கவில்லை. குறைச்சல் விலைக்கு வாங்கி கூடுதல் விலைகளுக்கு விற்றுகொண்டிருந்தவர்கள் கடைசியாக வாங்கிய இடங்களை விற்கமுடியாமல் மாட்டிக்கொண்டார்கள்.

தாமோதரன் வசம் ஊருக்கு வெளியில் பிளாட் போடப்பட்டு சில ஏக்கர்கள். ஊருக்குள் சில பிளாட்டுகள். நாற்பது லட்சம் ரூபாய்க்கும் மேல் கடன். மாதம் பிறந்தால் கடன் வாங்கியவர்களுக்கு கட்ட வேண்டிய வட்டி மட்டும் சுமார் ஒரு லட்சம், மாதாமாதம்.

அவர் மாத சம்பளம் அப்போது ரூ நாற்பது ஆயிரம். கட்டவேண்டிய வட்டி, லட்ச ரூபாய். சம்பளம் வந்ததும் நாலு வட்டி போன்ற சில கடன்களுக்குக் கட்டினார். மற்றவர்களுக்கு இடங்களை விற்றதும் தந்துவிடுகிறேன் என்றார். ஆனால், இடங்களை வாங்க எவரும் முன்வரவில்லை. விலைகளைக் குறைத்துக் கொடுக்க அவருக்கு மனசு வரவில்லை.

இதோ சந்தை சரியாகிவிடும், சரியாகிவிடும் என்றே நினைத்தார். வட்டி மீட்டர் ஓடுவது நிற்கவில்லை. இவர் கடன்காரர்களைப் பார்ப்பதைத் தவிர்ப்பதற்காக அதிகாலையிலேயே வீட்டைவிட்டுக் கிளம்பிவிடுவார். இரவுதான் வருவார். வட்டி வசூல் செய்ய வந்தவர்கள் மனைவியை யும் திட்டினார்கள். வீட்டில் நிம்மதி போனது.

அடுத்து 'கைடு லைன் வேல்யு' அதிகரிப்பு, பண மதிப்பிழப்பு நடவடிக்கைகள் என்று வரிசையாக பல அடிகள். இறங்கிய ரியல் எஸ்டேட் விலை பல ஆண்டுகள் ஆகியும் இன்னமும் மீண்டு

வரவில்லை. வீடு, நகைகள், இடங்கள் எல்லாம் போய்விட்டன. மன உளைச்சலால் தாமோதரனின் உடல்நலமும் கெட்டது.

அவரோடு வேலை செய்த பலர் நிம்மதியாக, கௌரவமாக வசதியோடு வாழ்ந்துகொண்டிருக்க தாமோதரன் எல்லாவற்றையும் இழந்தார்.

●

பணம் என்ற இந்த மூன்றெழுத்துச் சொல் இருக்கிறதே, அது படுத்தும் பாடு சொல்லி மாளாது. உலகத்தில் சிறந்தது எது... ஓர் உருவம் இல்லாதது எது... ஒவ்வொரு நாட்டிலும் ஒவ்வொரு வீட்டிலும் அனுபவம் ஆனது அது... என்று ஒரு திரைப்படப் பாடல் கேட்டிருப்பீர்களே.

ஆமாம், 'பட்டணத்தில் பூதம்' படத்தில் வரும், கவியரசு கண்ணதாசன் எழுதிய பாடல்தான்.

அந்த சிறந்தது, 'காதல்' என்பார் கதாநயகி. 'வட்டி' என்பார் காமெடியன். 'தாய்மை' என்பார் ஹீரோ.

அதே பாடலைச் சற்று மாற்றிப் பாடினால், உலகத்தில் சக்தி வாய்ந்தது எது... ஒவ்வொரு நாட்டையும் ஒவ்வொரு வீட்டையும் பாடாய்ப் படுத்துவது எது கேட்டால், மூவருமே பணம் என்றுதான் சொல்வது போல கவிஞர் எழுதலாம்.

சாதாரண மனிதர்கள் மட்டுமல்ல, 'ஆர் காம்' போன்ற ஒரு காலத்திய பெரிய கார்பரேட்கள் கூட எப்படி பணத்தால் பாடாய்ப்படுகின்றன என்று முன்பு பார்த்தோம்.

கடந்த சில ஆண்டுகளாக இந்தியாவில் பிரபலமாகி வரும் ஒரு பிரயோகம், 'என்.பி.ஏ'. கவனிக்கவும் மன்மோகன் சிங் தலைமையில் இயங்கிய UPA அல்ல. NPA.

NPA என்றால் 'நான் பெர்பார்மிங் அசெட்ஸ்'. அதாவது வருமானம் தராத கடன். கடன் வாங்கியவர் வட்டி கட்டுவதில்லை. அப்படி ஆகிப்போன தொகைகளின் பெயர்தான் NPA.

'சாதாரண மக்கள் உழைத்து சம்பாதித்த பணத்தை வங்கிகளில், அதுவும் பொதுத்துறை வங்கிகளில் வைப்புகளாகப் போட்டு வைக்கிறார்கள்; அதை எடுத்து கார்பரேட் கம்பெனிகளுக்கு வரம்பில்லாமல் கொடுக்கிறார்கள்; அவை திரும்பி வராமல் போனாலும், அவற்றை சாதாரணமாக தள்ளுபடி செய்கிறார்களே... இது சரியா?'' என்று கேட்கிறீர்களா?

எனக்கும் இது தவறு என்று தெரியும். நானும் சொல்லிவருகிறேன். முன்பே குறிப்பிட்டதுபோல இந்தப் புத்தகத்தில் தெரிவிப்பது விளக்கங்களை.

பாங்க் ஆப் பரோடா (BOB) என்று ஒரு வங்கி. தவிர பஞ்சாப் நேஷனல் பேங்க் (PNB) என்று ஒரு வங்கி. இரண்டும் தேசியமயமாக்கப்பட்ட வங்கிகள். அப்படியென்றால் வங்கிகளில் முதலீடு செய்திருப்பது நடுவண் அரசு. 'டிஸ்இன்வெஸ்ட்மெண்ட்' ஆக கொஞ்சம் கொஞ்சம் தனியாருக்கு கொடுத்தது போனாலும், இன்னும் பெரும்பகுதி அரசு வசமே இருக்கிற, அரசின் 'முதல்' இருக்கிற வங்கிகள். 'பப்ளிக் செக்டர்' பேங்குகள்.

2017 இறுதி நிலவரப்படி, பொதுத்துறை வங்கிகளின் மொத்த NPA அளவு எட்டரை லட்சம் கோடி ரூபாய். வங்கிகள் கொடுத்திருக்கும் மொத்த கடனில் இவை 10% க்கு சமம்.

2017-18 நிதி ஆண்டில் மட்டும், பொதுத்துறை வங்கிகள் அனைத்தும் சேர்ந்து, 'இனி வராது' என்று எழுதி கணக்கு முடித்த வாராக்கடன் தொகை ஒரு லட்சத்து 20 ஆயிரம் கோடி ரூபாய்கள். இதில் பாரத ஸ்டேட் வங்கி SBI மட்டுமே 40 ஆயிரம் கோடிகள்.

மார்ச் 2018 நிலவரப்படி பாங்க் ஆப் பரோடா வங்கியின் NPA தொகை மட்டும் 56 ஆயிரத்து 480 கோடி ரூபாய்கள். நீரவ் மோடி உட்பட்டவர்களுக்கு கடன் கொடுத்த பஞ்சாப் நேஷனல் வங்கியின் NPA மார்ச் 2017-ல் 86 ஆயிரம் கோடி.

போச்சு போச்சு. லட்சம் கோடி ரூபாய்கள் காணாமலே போய் விட்டன. ஒரு வித்தியாசமும் இல்லாமல் வங்கிகள் வழக்கம் போல செயல்பட்டுக்கொண்டிருப்பதுதான் ஆச்சர்யம்.

இதெல்லாம் மாபெரும் பொதுத்துறை வங்கிகளின் நிலை. இவர்கள் பணத்தை சரியாகவா நிர்வாகம் செய்தார்கள்!

தனிநபர்களுக்குத்தான் விவரம் போதாது. நிதி சார் அறிவு குறைவு. மெத்தப் படித்தவர்களை பெரும் சம்பளங்களில் வேலைக்கு அமர்த்தி, பளபளக்கும் ஏசி அலுவலகங்களில் கோட்டும் சூட்டும் போட்டு, ஆங்கிலம் பேசி... கடைசியில் இப்படியா செய்வார்கள்!

The Problem of Plenty என்பார்கள். மிக அதிகமாக இருப்பதால் வரும் கேடுகள். பண நிர்வாகத்திலும் இது பொருந்தும். இல்லாமல் இருப்பது மட்டுமல்ல. சமயத்தில் கூடுதல் ஆகிவிடுவதும் சிரமங்களில் கொண்டுவிடும்.

{ 3 }

உங்கள் தலைமீது

6 லட்சத்து 60 ஆயிரம் கடன்

முன் எப்போதும் இல்லாத அளவு பெட்ரோல் டீசல் விலை உயர்ந்து விட்டன. அதன் காரணமாக அந்த விலைகளுக்குள் என்னவெல்லாம் இருக்கின்றன என்று மக்கள் பார்க்கத் தொடங்கிவிட்டார்கள்.

கச்சா எண்ணை என்ற வெளிநாட்டில் இருந்து இறக்குமதி செய்யப்படும் மூலப்பொருளின் விலை அதிகரித்திருக்கிறதுதான். அதை வாங்கப் பயன்படுத்த வேண்டிய அமெரிக்க டாலரின் இந்திய ரூபாய்க்கு எதிரான அதன் மதிப்பும் கூடிவிட்டதுதான்.

ஆனாலும் பெட்ரோல் டீசல் இவ்வளவு விலைக்கு விற்கப்படுவதற்கு இவை மட்டும் காரணம் இல்லையே. மத்திய மாநில அரசுகள் போடும் வரிகளாலும் அல்லவா பெட்ரோல் டீசல் இவ்வளவு விலை விற்கிறது என்பதுதான் எழும்பியிருக்கும் கேள்வியும் பெருகும் பொருமல்களும்.

தற்போது (அக்டோபர் 6) என்ட்ரி டேக்ஸ் மற்றும் கலால் வரி என்று மத்திய அரசின் வரிகள் ஒரு லிட்டர் பெட்ரோலுக்கு சுமார் ரூ. 21.5 - இது மத்திய அரசு உற்பத்தி வரியில் ரூ.1.50 குறைத்துக்கொண்ட பிறகு. தமிழக அரசின் வாட் வரி லிட்டர் பெட்ரோலுக்கு சுமார் 20 ரூபாய். இவை இரண்டையும் சேர்த்தால் விற்கப்படும் விலையில் கிட்டத் தட்ட பாதி.

விலை ஏற்றம் மக்களைச் சிரமப்படுத்துகிறது. அந்த வருத்தம், அரசுகள் விதிக்கும் வரிகள் மீது திரும்பி, கோபமாகப் பல ஊடகங்களிலும், தளங்களிலும் எதிரொலிப்பதைப் பார்க்க முடிகிறது.

ஒன்றரை ரூபாய் மத்திய அரசு குறைத்துக்கொண்டது ஓகே. ஆனால் இது போதாது என்கிறார்கள் மக்கள். அரசு ஏன் மேலும் குறைக்கத் தயங்குகிறது?

''அதற்கு முன் ஒரு சின்ன கணக்கு போடுகிறீர்களா?''

''உம்''

''நூறில் எண்பது போனால் மீதம் எவ்வளவு? ''

''இது தெரியாதா ! இருபது''.

''ஆயிரத்தில் ஆயிரத்து இருநூறு போனால்? ''

''போகாதே''

''கழித்தால்? ''

''மைனஸ் இருநூறு''.

''அடுத்து ஒரு கேள்வி. நூறு பெரிதா ஆயிரம் பெரிதா? ''

''இது ஒரு கேள்வியா? ஆயிரம்தான் பெரிது''

''மீண்டும் ஒரு கேள்வி. தனியாக இருந்தால் 100 ஐ விட 1000 பெரிது. ஆனால் அதில் குறிப்பிட்ட வேறு ஒரு எண்ணைக் கழித்தால் அதாவது 100 ல் இருந்து 20 ஐயும், 1000ல் இருந்து 1200 ஐயும் கழித்தால், வரும் மீதத்தில் எது பெரிது? ''

''முதலாவதில் மீதம் 20. அடுத்ததில் மைனஸ் 200''.

நீங்கள் என்ன சின்ன குழந்தையா? எதற்கு இந்த உதாரணம் என்று புரிந்திருக்கும். முதலில் சொல்லபட்ட நூறும் ஆயிரமும் இரு வேறு நபர்களின் வருமானங்கள். 80ம் 1200ம் அதே நபர்களது செலவுகள்.

''யார் பர்ஸ்ட் வருகிறார்கள் என்பது முக்கியமல்ல. கடைசியில யார் பர்ஸ்ட் வர்றாங்க என்பதுதான் முக்கியம் என்று ஒரு தமிழ்ப்பட வசனம் கேட்டிருக்கிறீர்களா? அதையே இங்கு சற்று மாற்றி எழுதலாம்.

''யார் வருமானம் அதிக என்பது முக்கியமல்ல. யார் செலவு வருமானத்துக்குள் இருக்கிறது என்பதுதான் நிம்மதிக்கு உத்தரவாதம்.

''முதல் அத்தியாயத்தின் முடிவில் கேட்கப்பட்ட கேள்வி நினைவிருக்கிறதா?

‘எவ்வளவு இருந்தால் நீங்கள் வசதியானவர் என்பதல்ல. எப்படி இருந்தால் நீங்கள் வசதியானவர் என்பதுதான் சிந்திக்க வேண்டிய கேள்வி.

பெரிய வங்கிதான். ஆனால் செயல்பாடு?

பார்த்தோம் அல்லவா போன அத்தியாயத்தில். அதற்குள் மற்றொரு செய்தி. அதே போன்ற மோசமான நிலை, IL-FS என்ற நிறுவனத்துக்கு. ஓராண்டில் அவர்கள் இழக்கக் கூடிய தொகை 90 ஆயிரம் கோடி.

அதை விடுங்கள். அரசாங்கங்கள் எப்படி நடக்கின்றன? அவற்றின் வரவு செலவுகள் எப்படியிருக்கின்றன என்பதையும் பார்த்து விடுவோம்.

ஆமாம் நாம் பார்க்கும் வரிசை, பணத்தைக் கையாளும் தனிமனிதர்கள், நிறுவனங்கள் மற்றும் அரசாங்கங்கள். அதை பார்த்தால் , அத்தியாயத்தின் ஆரம்பத்தில் கேட்கப்பட்ட கேள்வியான வரியைக் குறைக்க அரசு ஏன் தயங்குகிறது என்பதற்குப் பதில் தெரிந்துவிடும்.

மத்திய அரசின் ஆண்டு வரவு செலவு

மத்திய அரசு வசூலிக்கும் ‘வருமான வரி’, அதன் ‘ஜி.எஸ்.டி வரி’ மற்றும் சில வரிவருமானங்கள் முழுவதையும் மத்திய அரசே வைத்துக் கொண்டு செலவு செய்ய முடியாது. மாநிலங்களுக்கு குறிப்பிட்ட அளவு பிரித்துக்கொடுக்க வேண்டும்.

அப்படி ஓர் ஆண்டுக்கு மத்திய அரசு வசூலித்ததில் மாநில அரசுகளுக்குப் பிரித்துக் கொடுத்தது போக, அது தக்கவைத்துக் கொள்ளும் வரி வருமானம், 2018-19 பட்ஜெட்படி, ரூ. 14 லட்சத்து 80 ஆயிரத்து 649 கோடி ரூபாய்.

பிற வருமானங்கள் சேர்த்து, 17 லட்சத்து 25 ஆயிரத்து 738 கோடி ரூ.

ஆனால், மத்திய அரசின் ஆண்டு செலவு எவ்வளவு தெரியுமா? 2018-19 பட்ஜெட்படி, 24 லட்சத்து 42 ஆயிரத்து 213 கோடி ரூபாய்.

மீதம்?

பற்றாக்குறைதான். ஆறு லட்சம் கோடி ரூபாய்க்கும் மேல்.

பற்றாக்குறை என்றால்?

வேறு என்ன கடன் வாங்கிச் சமாளிக்க வேண்டிய நிலைதான்.

ஒரு ஆண்டா, இரண்டு ஆண்டா? ஆண்டுக்கு ஆண்டு இப்படித்தான். இப்படி வருடம் தவறாமல் பற்றாக்குறை பட்ஜெட்கள் போட்டு,

தொடர்ந்து கூடுதல் செலவுகள் செய்து, அதற்காக கடன் வாங்கி, மத்திய அரசுக்கு இருக்கும் மொத்த உள்நாட்டு மற்றும் வெளிநாட்டு கடன்களின் அளவு மொத்தம் அளவு சொல்லவா?

89 லட்சம் கோடி ரூபாய்.

ஒவ்வொருவருக்கும் 15 லட்சம் தரப்படும் என்று சொன்னார்களே என்று சிலர் இன்னும் அப்பாவித்தனமாய் கேட்டுக்கொண்டிருக்கிறார்கள் (அவர் அப்படிச் சொல்லவில்லை என்பது வேறு விஷயம்). அவர்கள் தருவது சாத்தியமா என்று தெரியவில்லை. ஆனால், மத்திய அரசின் மொத்தக் கடனை மக்கள் தொகையால் வகுத்துப் பார்த்தால், சராசரியாக நபர் ஒருவருக்கு 6 லட்சத்து 60 ஆயிரம் கடன் இருக்கிறது!

ஆமாம், தற்சயம் 130 கோடி மக்கள் இருப்பதாக வைத்துக்கொண்டால், தலைக்கு இருக்கும் கடன், ஆறு லட்சத்து 60 ஆயிரம் ரூபாய்.

கடனுக்குக் கட்டும் வட்டி

இந்தத் தொகைகளுக்கு அவற்றைத் திருப்பிக்கொடுக்கும்வரை வட்டி கட்ட வேண்டும். 2018-19 நிதி ஆண்டு பட்ஜெட்டில் மத்திய அரசு, வட்டிக்குக்கு ஒதுக்கியிருக்கும் பணம் மட்டும் ரூ. 5 லட்சத்து 75 ஆயிரம் கோடி.

இந்த நிலையில் வரக்கூடிய வரி வருமானங்களை இந்த அரசு அல்ல, எந்த அரசு வந்தாலும் குறைத்துக்கொள்ளமுடியாது.

ராணுவம், அரசு ஊழியர் சம்பளம், பென்ஷன், நலத்திட்டங்கள், கட்டுமானப்பணிகள் என்று அரசுகளுக்கு வரவு இல்லாமல் முடியாது.

மாநில அரசுகளும் விதிவிலக்கல்ல.

மாநில அரசுகளின் நிதி நிலைமையும் இதேபோன்றதுதான்.அதிக வேறுபாடில்லை.

இந்த நிலையில் எப்படி வரியைக் குறைப்பது என்று யோசிக்கிறார்கள்.

இதற்குத் தீர்வே இல்லையா?

ஏன் இல்லாமல்?

{ 4 }

கடனாளி தேசங்கள்

இந்தியா பற்றி உங்கள் நினைப்பு என்ன என்று கேட்டால் நிச்சயம் பெருமையாகச் சொல்வீர்கள். அடுத்து இந்தியா எப்படி நிர்வகிக்கப் படுகிறது என்று கேட்டால் அதற்கு என்ன பதில் சொல்வீர்கள்?

உங்கள் பதிலை விடுங்கள். பெரும்பாலானவர்கள் என்ன சொல்வார்கள். சரியில்லை என்று தானே.

நிச்சயமாக.

மக்கள் மனதில் அப்படி ஒரு எண்ணம் இழையோட பல காரணங்கள் இருக்கிறது. அதில் ஒன்றுதான் சென்ற அத்தியாயத்தில் பார்த்த இந்திய அரசின் கடன் தொகையான 89 லட்சம் கோடி ரூபாய்கள்.

இவ்வளவு கடனா வாங்குவது என்றும், இதற்கு வட்டி கட்டியே அரசின் வருமானத்தில் கணிசமான பகுதி கரைகிறதே என்றும் வருத்தபடாமல் இருக்க முடியுமா... முடியாது.

அதே சமயம் நம் மனதில் இன்னொரு கேள்வியும் பின்னாலேயே வரும். வரவேண்டும்.

அந்தக் கேள்வி, பிற நாடுகளின் நிலைமை என்ன? அதிலும் முன்னேறிய நாடுகள் என்றும் உலகின் பெரும் பொருளாதாரங்கள் என்றும் சொல்லப்படும் அமெரிக்கா, ஜப்பான் போன்ற நாட்டு அரசுகளின் வரவு செலவு எப்படி?

இந்தக் கேள்விகளுக்கான பதில்கள் உங்களை வியப்பில் ஆழ்த்தலாம்.

●

உலக நாடுகளின், அரசாங்களின் மொத்த கடன்தொகை 63 லட்சம் கோடி டாலர்கள். 63 லட்சம் கோடியை 75 ரூபாயால் பெருக்கிக் கொண்டால் கடன் அளவு ரூபாயில் எவ்வளவு என்று தெரியும். அதாவது மொத்தம் 4,725 லட்சம் கோடி ரூபாய்.

இதில் கிட்டத்தட்ட மூன்றில் ஒரு பகுதி யாருடைய கடன் தெரியுமா? இந்தியா வாங்கியிருக்கும் கடனெல்லாம் ஒன்றுமேயில்லை என்கிற அளவில் வாங்கியிருப்பது வேறு யாருமல்ல. உலகத்து போலீஸ்காரனாக நடந்துகொள்ளும் யுனைடெட் ஸ்டேட்ஸ் ஆப் அமெரிக்கா என்ற USA தான்.

ஆம், ஒலிம்பிக்ஸ் போட்டிகளில் மெடல்கள் பட்டியலில் மட்டுமல்ல... அரசு வாங்கும் கடன் அளவிலும் அமெரிக்காதான் முதலிடம்.

இரண்டாவது இடத்தில் ஜப்பான். மூன்றாவது இடம், சீனாவுக்கு, அடுத்து இத்தாலி. பிறகு பிரான்ஸ்.

இதில் இன்னொரு விஷயமும் இருக்கிறது. கடன் வாங்குவது எல்லோருக்குக்கும் ஒரேபோல இருக்காது அல்லவா? அவரவர் சம்பாத்தியம் மற்றும் சொத்து மதிப்புக்கு ஏற்ப கடன் வாங்கலாம்.

சொத்து மதிப்பைக் காட்டிலும் வருமானத்தை வைத்துக் கடனை மதிப்பிடுவதை வழக்கமாக வைத்திருக்கிறார்கள்.

நாட்டின் உள்நாட்டு உற்பத்தி எனப்படும் ஜி.டி.பி. எவ்வளவு என்று பார்த்து, அதில் அந்த நாட்டின் மொத்தக் கடன் எந்த அளவு என்று கணக்கிட்டு, இது சரி, இது பரவாயில்லை, அய்ய்யோ இது மோசம் என்கிறார்கள்.

அந்த விதத்தில் பார்த்தால் முதல் ஐந்து மோசமான இடத்தில் அமெரிக்கா இல்லை (இந்தியாவும்தான்).

முதல் இடம் ஜப்பானுக்கு. இரண்டாம் இடம் கிரீஸுக்கு. அடுத்த மூன்று இடங்கள் வருமாறு.

ஜப்பானிய அரசின் மொத்த கடன் தொகை அளவு என்பது அந்த நாட்டின் ஜி.டி.பி அளவைப்போல 2.4 மடங்கு இருக்கிறது! சதவிகிதத்தில் 239.6%.

அமெரிக்கா போன்ற முதல் ஐந்து இடங்களில் இருக்கும் நாடுகள் இந்த அளவீட்டில் எங்கே இருக்கின்றன?

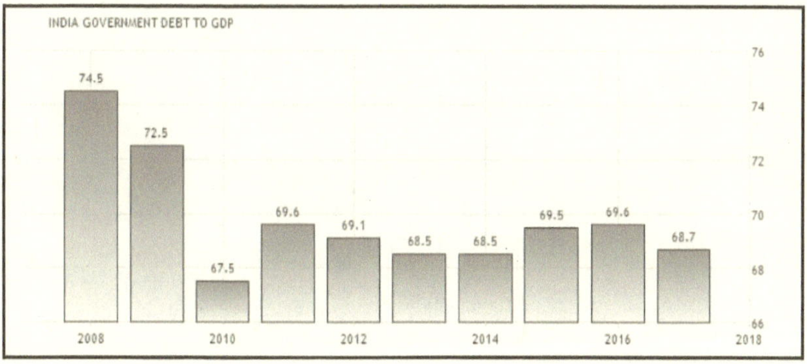

இந்தியாவின் மொத்த கடன் அளவு, கிட்டத்தட்ட 70 சதவிகிதமாக இருக்கிறது. 2008-ம் ஆண்டு அமெரிக்க 'சப் பிரைம்' பிரச்னை வந்து பல நாடுகளும் பொருளாதரச் சுணக்கத்தில் மாட்டியபோது இந்தியா அதில் இருந்து தப்பிக்க 'ஸ்டிமுலஸ் பேக்கேஜ்' என்று வரி விலக்குகள் கொடுத்து, அதனால் அரசின் வருமானம் குறைந்துபோய், கடன் அளவு சற்று அதிகரித்து கடனுக்கும் உள்நாட்டு உற்பத்திக்குமான டெப்ட்-டு- ஜி.டி.பி. ரேஷியோ, 74.5% ஆக இருந்தது.

அரசின் வருமானம் குறைந்தால் கடன் அளவு அதிகரிக்கும். அது இந்த அளவீட்டில் உயரும். அதனால் என்னவாம் என்று கேட்கலாம்.

கடனை ஒழுங்காக திருப்பிக் கட்டக்கூடியவர்களுக்கு குறைந்த வட்டியில் கடன் கிடைக்கும். அப்படிக் கட்டாதவர்களின் சிபில் (CBIL Rating)குறைந்து போய் அவர்கள் வாங்கும் கடனுக்குக் கூடுதல் வட்டிகொடுத்தால்தான் கடன் கிடைக்கும்.

அதே நிலைதான் நாடுகளுக்கும்.

இங்கே 'சிபில் ரேட்டிங்' போல சில ரேட்டிங் நிறுவனங்கள் தேசங்களின் கடன் திருப்பித் தரும் சக்தியை மதிப்பிட்டு வெளியிடுவார்கள்.

அப்படிப்பட்ட சில ஏஜென்சிகள்தான் 'பிட்ச்' மற்றும் 'மூடீஸ்'.

அவர்கள் இந்தியாவின் ரேடிங்க்கைக் குறைத்தால் இந்தியா வாங்கும் கடன்களுக்குக் கூடுதல் வட்டிகொடுக்கவேண்டி வரும்.

கூடுதல் வட்டி என்றால் என்ன ஆகும் என்று சொல்லவும் வேண்டுமா?

வாலைக் கவ்வும் தலை போன்ற விக்ஷியஸ் சர்கிள் இது.

{ 5 }

பரிசு கொடுக்கும் அரசுகள், முதலாளிகள்

அமெரிக்க அரசு வாங்கியிருக்கும் கடன், ஜப்பானிய அரசு, இந்திய அரசு வாங்கியிருக்கும் கடன்கள் பற்றியெல்லாம் பார்த்தோம்.

மாறுதலுக்காக வேறு ஒரு நாட்டின் பட்ஜெட் பற்றியும் அந்த நாட்டு நிதியமைச்சர் செய்த ஒரு அறிவிப்பு பற்றியும் பார்ப்போம். மாறுதலுக்காக என்றால் உண்மையிலேயே மாறுதலுக்காக. அதற்கு முன்...

ஒரு நாடு என்று சொல்கிறோமே, . உலகில் இருக்கும் 194 நாடுகளும் ஒரே போன்றவையா? அவற்றுள் வேறுபாடுகள் உண்டுதானே. அந்த வேறுபாடுகளுக்கும் அவற்றின் பண நிர்வாகத்துக்கும்தொடர்ப்பு இருக்கும்தானே. அப்படிப்பட்ட சுவாரஸ்யமான வேறுபாடு ஒன்றைப் பார்த்துவிட்டு, பிறகு 'மாறுதலான' விஷயத்துக்கு வருவோம்.

மக்கள் தொகையில் நெ.1 நாடு எது என்று கேட்டால் சற்றும் தயங்காமல் உடனே சீனா என்று சொல்லிவிடுவோம். இரண்டாவது பெரிய நாட்டில் நாம் வாழ்வதால் அந்த பதிலும் நமக்குத் தெரிந்ததுதான்.

இது பிறிதொரு வேறுபாடு குறித்த கேள்வி.

பரப்பளவில் உலகில் நெ.1 நாடு எது?

சிலர் ஆஸ்திரேலியா என்று நினைத்துக்கொண்டிருக்கலாம். இல்லை. அது மக்கள் தொகை நெருக்கம் தொடர்பான முதல் இடம்.

பரப்பளவு என்றால், ரஷ்யாதான் உலகிலேயே நெ.1. மிகப் பெரும் நாடு.

அடுத்து கனடா. மூன்றாவது யு.எஸ். என்ற அமெரிக்கா. நான்காவது பெரிய நாடு சீனா. ஐந்தாவது இடத்தில் பிரேசில். ஆறாம் இடம் ஆஸ்திரேலியாவுக்கு. ஏழாவது இடம் நமக்கு.

வரிசை	நாடு	பரப்பளவு (சதுர மைல்)
1.	ரஷ்யா	6,592,735
2.	கானடா	3,855,081
3.	அமெரிக்கா	3,718,691
4.	சீனா	3,705,386
5.	பிரேஸில்	3,286,470

பெரிய நாடுகள் எவை எனும் போது, அடுத்து உலகிலேயே மிகச் சிறிய நாடுகள் எவை என்ற கேள்வியும் பின்னாலேயே வரும் அல்லவா?

'வேட்டிகன்' தான் உலகின் மிகச் சிறிய நாடு. அதன் மொத்த பரப்பளவும் அரை சதுர கிலோ மீட்டருக்கும் குறைவு.

வரிசை	நாடு	பரப்பளவு (சதுர கி.மீ)
1.	வாடிகன் சிடி	0.44
2.	மோனாகோ	2.02
3.	நவுரு (Nauru)	21
4.	துவாலு (Tuvalu)	26
5.	சான் மரினோ	61

இந்தப் பட்டியலில் 19 வது இடத்தில் இருக்கும் மிகச் சிறிய நாடுதான் சிங்கப்பூர். பரப்பளவு அதன் வெறும் 687 சதுர கி.மீ மட்டுமே.

அதன் அளவைப் புரிந்துகொள்ள சென்னையின் பரப்பளவுடன் ஒப்பிடலாம். சென்னை மாநகரின் பரப்பளவு 1,189 சதுர கிலோ மீட்டர். அதில் பாதியளவுதான் சிங்கப்பூர்.

அப்படிப்பட்ட ஒரு சிறிய நகரம் போன்ற நாட்டின் நிதியமைச்சர் 2018ம் ஆண்டுக்கான அந்நாட்டின் பட்ஜெட்டை தயாரித்தபோது ஒரு அறிவிப்பு செய்தார். அந்த அறிவிப்பின் பெயர் ஹாங்போ (hongbao).

ஹாங்போ என்றால் சீனாவின் மாண்ட்ரின் மொழியில், 'விஷேச கால ரொக்கப் பரிசு' என்று பொருள்.

பட்ஜெட்டின் போது விஷேஷ ரொக்கப் பரிசா? பொதுவாக நிதியமச்சர்கள் வரிதானே போடுவார்கள்! இதென்ன ரொக்கப்பரிசு அறிவிக்கிறார்? யாருக்கு அறிவிக்கிறார்?

அநாட்டின் 21 வயது நிறைந்த குடிமக்கள் அனைவருக்கும் பணம் தரப்போவதாக அறிவிக்கிறார்.

சிலருக்கு 100 சிங்கப்பூர் டாலர்கள். (ரூ மதிப்பில் சுமார் 5000) சிலருக்கு 200 டாலர்கள். சிலருக்கு 300 டாலர்கள். அவர்களுடைய ஆண்டு வருமான அடிப்படையில் வேறுபாடு.

ஆண்டுக்கு 28,000 டாலர்களுக்கும் குறைவான வருமானம் பெறுபவர்களுக்கு 300 டாலர். 28,001 முதல் லட்சம் டாலர் வரை வருமானம் பெறுபவர்களுக்கு 200 டாலர்கள்; ஆண்டுக்கு லட்சம் டாலர்களுக்கு மேல் வருமானம் இருப்பவர்களுக்கு 100 டாலர்கள்.

இப்படியாக மொத்தம் 27 லட்சம் மக்களுக்கு வழங்க ஏற்பாடு செய்யப் பட்டது. வழங்கப்பட்ட மொத்த தொகை 700 மில்லியன் சிங்கப்பூர் டாலர்கள்.

இதெப்படி சாத்தியம்? ஏன் பட்ஜெட்டின் போது இப்படி வழங்கினார்கள்?

சிங்கப்பூரில் 2018க்கு முந்தைய ஆண்டான, 2017ல், அதன் அரசு திட்டமிட்டுக்கொண்டிருந்ததைக் காட்டிலும் கூடுதலாக வரி வசூல் ஆகிவிட்டதாம். அதனால் வரவுக்கும் செலவுக்கும் இடையே உபரித் தொகையாக 10 பில்லியன் சிங்கப்பூர் டாலர் -சுமார் 50 ஆயிரம் கோடி ரூபாய்-அரசுக்கு கிடைத்ததாம்.

அந்த உபரித் தொகையில் ஒரு பகுதியை மக்களுடன் பகிர்ந்து கொள்கிறது அரசு.

மொத்த உபரியையும் இப்படி பிரித்துக் கொடுத்துவிடவில்லை. உபரியில் இருந்து ரயில்வே கட்டுமானம் மற்றும் எல்டர் ஷீல்டு என்ற உடலூனமுற்ற மூத்த குடிமக்கள் காப்பீடு திட்டத்துக்கும் பணம் வழங்கப்பட்டிருக்கிறது.

பல அரசாங்கங்ளும் கடனில் தத்தளிக்க சிங்கப்பூர் போன்ற நாடுகளும் இருக்கின்றன என்பதுதான் செய்தி.

இப்படி சில அரசாங்கங்கள் செய்வதைப் போலவே சில நிறுவனங் களும் லாபத்தை ஊழியர்களுக்கு பகிர்ந்தளிப்பதில் தனித்தீவுகளாக இயங்குகின்றன.

முதலாளி என்றால் லாப நோக்குடையவர். ஊழியர் உழைப்பைக் கசக்கிப் பிழிப்பவர் என்றெல்லாம் நம்பிக்கைகளும் அனுபவங்களும் நம்மைல் பலருக்கும் உண்டு. அப்படிப்பட்ட நிறுவங்கள் முதலாளி களுக்கு இடையே சில வித்தியாசமான முதலாளிகளும் உண்டு என்பதையும் பதிவு செய்ய வேண்டும்; பலரும் தெரிந்துகொள்ள வேண்டும் என்பதற்காகச் சொல்கிறேன்.

நம் நாட்டில் சூரத்தில் இருக்கும் முதலாளி ஒருவர் அவரது ஊழியர்கள் மூவருக்கு ஹாங்போ அறிவித்திருக்கிரார். ரொக்கப்பரிசு அல்ல. ஆனால் பரிசு.

அவர் கொடுப்பது மூவருக்கும் ஆளுக்கு ஒரு கார்.

கார் என்றால் சில லட்சங்களில் வாங்கக்கூடிய 800, அல்லது ஆல்டோ இல்லை. பென்ஸ் கார். விலை ரூ 1 கோடி.

ஹைறிகிருஷ்ணா எக்ஸ்போர்ட்டர்ஸ் என்ற வைரம் ஏற்றுமதி செய்யும் நிறுவனத்தின் சாவ்ஜி தொலாக்கியா என்ற முதலாளிதான் இப்படிச் செய்திருப்பவர்.

அவரது நிறுவனத்தில் 25 ஆண்டுகள் பணி முடித்த மூன்று ஊழியர் களுக்கு ரூபாய் ஒரு கோடி பொறுமானமுள்ள மெர்சிடிஸ் பென்ஸ் கார் கொடுத்திருக்கிறார். இதை அவர் செய்தது செப்டெம்பர் 2018ல்.

இதே முதலாளி அவரது ஊழியர்ளுக்கு 2016ம் ஆண்டில் தீபாவளி போனசாக அவரது ஊழியர்களுக்கு 1260 கார்கள், 40 பிளாட்டுகள், மற்றும் தங்க நகைகள் கொடுத்து மகிழ்ந்தார்.

{ 6 }

பணம் ஒரு கருவி...

அவரைப் பல ஆண்டுகளுக்குப் பின்பு சமீபத்தில், நிகழ்ச்சி ஒன்றில் சந்தித்தேன். அவர் தானா என்று என்னால் நம்பமுடியவில்லை. காரணம் அவரது தோற்றம். அவரது முகம் மற்றும் உடம்பில் பெரும் தளர்வு தெரிந்தது. வயது 70க்கும் கூடுதல் என்பதால் அப்படியிருக்கிறார் என்பதைப் புரிந்துகொண்டேன். ஆனாலும் அவர் அணிந்திருந்த உடைகள் என்னை உறுத்தின.

பழைய, சாயம் போன, அயர்ன் செய்யாத பேண்டும் சட்டையும் அல்லவா போட்டு வந்திருந்தார்!

அது ஏன் உறுத்த வேண்டும் என்று கேட்கலாம். உறுத்தல் அல்ல. அது சரியாகச் சொன்னால் வருத்தம். காரணம், அந்த மனிதர் நான் பார்த்த காலத்தில் அப்படி வாழ்ந்தவர்.

நான் பணிபுரிந்த நிறுவனத்தில் முக்கிய பதவியில் இருந்த, சர்வ வல்லமை பொருந்திய உதவித் தலைவர் -வைஸ் பிரசிடெண்ட். அவருக்கு கீழ் அவர் துறையில் மட்டும் நூற்றுக்கும் அதிகமானவர்கள். நல்ல ஊதியம், நிறுவனம் தந்த கார் உட்பட்ட பிற வசதிகள்.

அவர் போய் ஏன் இப்படி!

நிறுவனத்தில் இருந்தபோதே அவரைப் பற்றி மறைமுகமாகச் சிலர் கேலி பேசியது நினைவுக்கு வந்தது. மனிதர் சிக்கனமானவர். அவரது தேவைகளுக்கே கூட அதிகம் செலவு செய்யமாட்டார் என்பார்கள்.

அப்போது அவரது சிக்கனம் சிலரால் நகைப்புக்கு உள்ளானாலும், பெரும்பாலான ஊழியர்களால் அது ஒரு நற்குணமாகவே பார்க்கப் பட்டது. 'அவரைப் போல முடியுமா' என்பார்கள்.

அவ்வளவு சிக்கனமாக இருந்து சேர்த்து வைத்த அவர் ஏன் இப்படி, இந்த நிலையில்!

நிகழ்ச்சிக்கு வந்திருந்த அவருடன் தொடர்பில் இருக்கும் மற்றொருவர் அதற்கான விடையைத் தந்தார்.

விவாதித்துக்கொண்டிருக்கும் அந்த மனிதர் மாணிக்கம் (என்று குறிப்பிடுவோம்) பணி ஓய்வு பெற்ற பின்பும் வேறு ஒரு தனியாரின் சிறு நிறுவனத்தில் பொது மேலாளராக வேலைக்குப் போனார். அப்போதும் நல்ல வருமானம். அதில் கணிசமான பகுதியையும் சேமித்தார். தொடர்ந்து சிக்கனமாகவே வாழ்ந்தார்.

பின்பு அவரது அந்த புதிய முதலாளி கேட்க, தான் வேலை செய்யும் நிறுவனத்துக்கே, அவரது வங்கிக் கணக்குகளில் வைத்திருந்த சேமிப்பு மற்றும் ரிட்டயர்மெண்ட் பணம் முழுவதையும் கடனாகக் கொடுத்தார்.

காரணம், அப்போதெல்லாம் வங்கிகளில் போடும் டெப்பாசிட்டுக்கு ஆண்டுக்கு சுமார் 10 % வட்டி தான். ஆனால் முதலாளி தருவதோ 18%.

வெவ்வேறு காரணங்களால் நிறுவனத்தின் வளர்ச்சி குறைந்து, பின்பு நசியவே ஆரம்பித்தது. ஊழியர்களுக்கு சம்பளம் கொடுப்பதே சிரமம் என்ற நிலையில்,நிர்வாகத்தை கவனித்த மாணிக்கத்தால் வட்டியை எடுத்துக்கொள்ளவோ, கேட்கவோ முடியவில்லை. அவர் கடனாகக் கொடுத்த தொகை நிறுவனத்தில் கரைந்துவிட்டது.

கிட்டத்தட்ட 35 ஆண்டு கால சேமிப்பு அவருக்கு பலனில்லாமல் போய்விட்டது. இதுதான் அவருடைய தற்போதைய நிலை என்பதை அந்த மற்றொரு நபர் விவரித்தார்.

தொழில்முறைக் கல்வி நன்கு படித்து, நல்ல நிறுவனத்தில் பெரிய பதவியில் இருந்து, கணிசமாக சம்பாதித்தும் தற்சமயம் குறிப்பாக மேலும் உழைக்க, சம்பாதிக்க முடியாத காலகட்டத்தில் வசதியின்றி வாழும் நிலைக்கு அவர் வர என்ன காரணம்?

மாணிக்கத்தின் வாழ்க்கை சொல்லும் பணம் குறித்த ரகசியங்கள் ஒன்றல்ல, இரண்டு.

முதலாவதும் ஓரளவு வெளிப்படையானதுமான ரகசியம், 'சேமிப்பை அதிக வருமானம் அல்லது வட்டிக்கு ஆசைப்பட்டு இழந்து விடக்கூடாது' என்பது.

மிகக் கறாராக இருப்பார்கள். பயங்கரமாகக் கணக்குப் பார்ப்பார்கள். எல்லாவற்றையும் கொண்டுபோய் எவருக்கும் தெரியாமல், சொல்லாமல், எவரோடும் கலந்தாலோசிக்காமல் மாணிக்கம்போல ஏதோ ஒன்றில் போட்டு, மொத்தமாக இழந்துவிடுவார்கள்.

கடுமையான பந்துவீச்சுகளை சமாளித்துவிட்டு, சுலபமான புல் டாஸ் பந்துவீச்சில் சிக்ஸர் அடிக்கிறேன் என்று மேலேறி, மட்டையை வீசி, பீல்டர் கையில் லட்டுபோல கேட்ச் கொடுத்து, அவுட் ஆகிறவர்களைப் போல.

கூடுதல் வருமானம் தருவன எல்லாம் கூடுதல் ரிஸ்க் இருப்பவையே. வயதாக வயதாக பண முதலீட்டில் ரிஸ்கைக் குறைத்துக்கொண்டே வரவேண்டும். வங்கி வட்டி போதும். முதலுக்கு மோசம் வந்து விடக்கூடாது.

இரண்டாவதுதான் பலரும் உணராத, பலருக்கும் தெரியாத ரகசியம்.

'வைத்தால் குடுமி சிரைத்தால் மொட்டை' பழமொழி கேள்விப் பட்டிருப்பீர்கள். ஆங்கிலத்தில் 'எக்ஸ்டிரீம்ஸ்' என்பார்கள். எதிலும் அதீதம்.

செலவழிப்பதில் சிலர் இப்படித்தான். பணம் கைக்கு வரும் முன்னரே செலவு செய்துவிடுவார்கள். பணத்தின் மீது மதிப்பு மரியாதை இல்லாதவர்கள். இவர்கள் ஒரு கோடியில் (எக்ஸ்டிரீம்- Extreme) என்றால், எவ்வளவு பணம் வந்தாலும் அவர்களது அடிப்படைத் தேவைகளுக்குக்கூட செலவு செய்ய மாட்டாதவர்கள் மற்றொருவகை.

இவர்கள் இன்னொரு கோடி (எக்ஸ்டிரீம்).

நீண்ட முடியும் வேண்டாம், முழு மொட்டையும் வேண்டாம். அளவான கிராப் தான் சரி என்பதுபோல, ஒரேயடியாக செலவழித்து ஆடவும் வேண்டாம், மாணிக்கம் போன்றவர்களைப்போல, தனக்கும் குடும்பத்துக்குத் தேவையானவற்றைச் செய்துகொள்ளாமல் சேர்த்துவைக்கவும் வேண்டாம்.

மாணிக்கம் அனுபவிக்காமல் சேர்த்து வைத்தது, அப்படியே காணாமல் போய்விட்டது மாதிரி எல்லோருக்குமா போகும் என்று கேட்கத் தோன்றுகிறதா?

நியாயமான கேள்விதான். அப்படி எல்லோருக்கும் ஆகாது. அவர்கள் பணம் அவர்கள் வசமே பத்திரமாக இருக்கும், அவர்கள் காலம் வரை.

ஆம், அவர்கள் காலம் வரை பத்திரமாக இருக்கும். அதன் பின் வாரிசோ அல்லது வேறு எவருமோ அவர்கள் சௌகர்யம்போல செலவு செய்வார்கள்.

பார்த்துப் பார்த்து சேர்த்து வைத்த பணம், மடமடவென்று கரையும். அல்லது மெல்லக் கரையும். எப்படியானால் என்ன? சேர்த்து வைத்தவருக்கு அந்தப் பணத்தால் என்ன பலன்? இதுதான் கேள்வி.

சேமிப்பு நல்லதுதான். தேவைதான். அதற்காக அனுபவிக்க வேண்டிய வற்றை அனுபவிக்காமல், செய்துகொள்ள வேண்டியவற்றைச் செய்துகொள்ளாமல், மனைவி பிள்ளைகளுக்குச் செய்யவேண்டிய வற்றைச் செய்யாமல், சேமிப்பு ஒன்றே குறி என்று இருப்பவர்கள் 'எக்ஸ்டிரீம்'கள்.

சிலர் அவர்கள் குடியிருக்கும் வீடுகளில் அடிப்படை வசதிகள் கூட செய்துகொள்ளமாட்டார்கள். அவசரங்களுக்குக்கூடப் பேருந்துதான். ஆசைப்படும் நல்ல ஓட்டல்களுக்கு திரையரங்குகளுக்கு குடும்பத்தாரைக் கூட்டிப்போகமாட்டார்கள். கௌவரமாக உடுத்தமாட்டார்கள். கிழிந்த பர்ஸ், நிறம் மங்கிய பனியன், ஒழுகும் வீடு, ஓட்டை வண்டி என்று எல்லாவற்றிலும் இழுத்துப் பிடிப்பார்கள்.

குடியிருக்கும் இடத்தில் வசதிகள், போக்குவரத்து, உணவு, பொழுது போக்குகள், மருத்துவம், கல்வி, சுற்றுலா என்று வாழ்க்கையின் பல்வேறு அவசியமான விஷயங்களில் அதீத சிக்கனம் தேவையற்றது மட்டுமல்ல; புத்திசாலித்தனமுமல்ல.

மாணிக்கம் போன்ற சிலர் வாழ்நாள் முழுக்க, கவனமாக, அக்கறையாக, தியாகங்கள் பல செய்து பணத்தைச் சேமிக்கிறார்கள். அதனால் என்ன பயன்?

சென்ற அத்தியாயத்தில் குறிப்பிட்டிருந்ததைப்போல பணம் ஒரு கருவி. அது செய்யவேண்டியவை, செய்யக்கூடியவை சில இருக்கின்றன. வெறுமனே சேமிக்க மட்டுமே, சேமித்து வைத்துவிட்டுப் போக வேண்டிய ஒரு பொருள் மட்டுமே அல்ல பணம்.

{ 7 }

சேர்த்து, சேர்த்து... சேர்த்துச் சேர்த்து ..!

ஓய்வுகால சேமிப்புக்கு என்று அன்யூட்டி (Annuity) ஸ்கீம்ஸ் இருக்கின்றன. அவை எப்படி இயங்கும் தெரியுமா?

ஒருவர் அவரது இளமைக் காலத்தில் சேமிக்கத் தொடங்க வேண்டும். உதாரணத்துக்கு ஒருவர் அவரது 30வது வயதில் ஓய்வூதியத் திட்டத்தில் சேருகிறார். மாதம் ரூ.2,000 சேமிக்கிறார்.

மாதாமாதம் 2,000 வீதம் அடுத்த 30 ஆண்டுகளுக்கு அதாவது 360 மாதங்களுக்கு அந்த நிறுவனத்திடம் பணம் கட்டுகிறார். அந்தப் பணம் பங்குச் சந்தையிலோ வேறு சிலவற்றிலோ முதலீடு செய்யப் பட்டு, பெருக்கப்படும்.

அவர், அவரது 60வது வயதில் பணி ஓய்வு பெறுகிறார். இனி அவருக்கு மாத ஊதியம் வராது. அவர் வேலை செய்தது நிறுவனம் தனியார் நிறுவனம். அதனால், அவருக்கு பென்ஷன் என்ற ஓய்வுதியம் ஏதும் வராது.

ஆனால் , அவர் கட்டி வந்த அன்யூட்டி திட்டத்தில் இருந்து அவருக்கு ஓய்வூதியத் தொகை வழங்கப்படும். மாதா மாதம் கொடுக்கப்படும். அவர் இறுதி காலம் வரை அவருக்குக் கிடைக்கும். அது மட்டுமல்ல. அவர் மறைவுக்குப் பின் அவரது வாழ்க்கைத்துணைக்கும் அவரது மறைவுக்குப் பின் அதே அளவு ஓய்வூதியம் வரும்.

அவருக்கும் வயதாகுமே. அவர் காலமானால்?

அவர்களது வாரிசுகளிடம் ஒரு தொகை வழங்கப்படும்.

இப்படி ஓய்வூதியத் திட்டங்கள் இருக்கின்றன.

இங்கு பணத்தைக் கையாளுவதன் ஒரு ரகசியமாக சுட்டிக்காட்ட விரும்புவது, அந்த நபர் அவரது 30 வயது முதல் 60 வயது வரை பணம் கட்டினார் என்பதும், அவரது 60 வயதுக்குப் பின் அவர் கட்டவில்லை என்பதும் ஆனால் மாறாக அவர் தொடர்ந்து ஒரு தொகையை ஓய்வூதியமாகப் பெற்றார் என்பதையும்தான்.

முதல் 30 ஆண்டுகள் அவருடைய சேமிப்பு காலம். 60 வயதுக்குப் பின் அவர் சந்தித்தது அறுவடைக் காலம்.

சென்ற அத்தியாயத்தில் பார்த்த மாணிக்கம் செய்தது, சேமிப்பு. செய்யத் தவறியது அறுவடை. அவர் அவுட் ஆகாமலேயே ஐந்து நாட்களும் மட்டை பிடித்தால், நிறைய ரன் எடுத்தால் ஆட்டத்தில் ஜெயித்ததாக ஆகிவிடுமா? அடுத்த அணியும் ஆடி அவர்கள் விக்கெட்டை எடுத்து, 'ஆல் அவுட்' ஆக்கினால் மட்டுமே ஆட்டத்தில் வென்றதாகும். அதற்கு அவர் டிக்ளேர் செய்யவேண்டும். மாணிக்கம் ரிட்டயர் ஆனபின்பும் சேமித்தார்.

சிலருக்கு சைக்கிளில் ஏறத்தெரியும். ஆனால், இறங்கத் தெரியாது. இறங்காமல் சுற்றிக்கொண்டே இருக்க முடியுமா?

சமைக்க வேண்டும். ஆனால் வெறுமனே சமைத்துக்கொண்டே இருக்கக்கூடாது. சாப்பிடத்தானே சமையல்!

சிலருடைய பிரச்னை தங்களுக்குத் தேவையானதையே செய்து கொள்ளத் தெரியாது. மனசு வராது. பிறருக்குக்கூடச் செய்வார்கள். ஆனால் தனக்கு என்று வரும் போது சுருக்கிக்கொண்டுவிடுவார்கள்.

பணம் சேர்ப்பதே இலக்கு என்று புரிந்துகொள்ளப்பட்டதுதான் சிக்கல். பணத்தை சேர்த்து அதன் மூலம் வாழ்க்கையில் விரும்புகிற சிலவற்றைப் பெறுவதுதான் இலக்காக இருக்கவேண்டும்.

ஆக, பணம் ஒரு கருவி என்பது எவ்வளவு தூரம் புரிந்துகொள்ளப்பட வேண்டியதோ, அதே அளவு உணர்ந்துகொள்ளப்படவேண்டியது, பணம் ஒரு கருவி மட்டுமே. அதையே சாப்பிட, சுவாசிக்க, அதில் படுக்க முடியாது!

பணம் சேர்த்தல் ஒருவழிப் பாதையாக இருக்கவேண்டாம். பணம் வரவேண்டும். பணம் செலவழிக்கவும் படவேண்டும். தேவைகளுக்கு; சந்தோஷங்களுக்கு.

விலையுர்ந்த பேனாக்கள், நல்ல பாத்திரங்கள், நோட்டுப் புத்தகங்கள், குடைகள், பைகள், பெட்டிகள் போல எல்லோருக்குமே பரிசுகள், வெகுமதிகள் வரும். அவற்றை உடனே பயன்படுத்திவிடுபவர்கள் ஒரு பகுதி என்றால், பல ஆண்டுகளுக்கு அவற்றைப் பயன்படுத்த மனது வராமல் பத்திரப்படுத்தி வைப்பவர்கள் இன்னொரு பகுதி.

பொருட்கள் பயன்பாட்டுக்காகத்தானே. நல்லவிதமாக உடுத்துதல், வாழ்தல் தவறல்ல. படோடோபம்தான் தவறு. இல்லாவிட்டால் பரவாயில்லை. இருந்தும் பயன்படுத்தாவிட்டால் அது மனம் தொடர்பானதுதானே.

ஆம் சிலருக்கு பணமிருந்தும் செலவழிக்க மனசே வராது.

ஒரு சிக்கனமானவர் அவருக்கு தெரிந்தவர் வீட்டுக்கு வந்திருக்கிறார். மாலை நேரம். பேசிக்கொண்டே இருந்ததில் இருட்டிவிட்டது.

வந்தவர் கேட்டாராம், ''இருட்டிவிட்டதே ஒரு லைட்டையாவது போடுங்களேன்''.

வீட்டுக்காரர் சொன்னாராம், ''நாம் இருவர்தானே இருக்கிறோம். அதுவும் சும்மா பேசிக்கொண்டுதானே இருக்கிறோம். பேசுவதற்கு வாயும் காதும்தானே தேவை. அதில் பார்க்க என்ன இருக்கிறது! லைட்டு தேவையில்லை. எதற்கு அனாவசியமாக?''

இருட்டிலேயே அரைமணிநேரம் பேசியிருக்கிறார்கள். பின்பு, வந்தவர் கிளம்பட்டுமா என்று கேட்டிருக்கிறார்.

''அப்படியா சரி, இருங்கள் லைட்டைப் போடுகிறேன்''.

''அய்யய்யோ. உடனே போட்டுவிடாதீர்கள். கொஞ்சம் கொஞ்சம் பொறுங்கள். இருட்டில்தானே உட்கார்த்திருக்கிறோம். ஏன் வேட்டி வீணாகத் தேயவேண்டும் என்று கழற்றி வைத்திருக்கிறேன். கட்டிக் கொண்டுவிடுகிறேன்''.

இது கதைதான். ஆனால் கருமிகளின் நடவடிக்கையைப் படம் பிடித்துக் காட்டும் கதை. கதைக்கு வேண்டுமானால் சரி; நிஜ வாழ்க்கையில் இப்படியெல்லாம் கூடவா மனிதர்கள் இருப்பார்கள் என்று சிலருக்குத் தோன்றலாம். ஏன் இல்லாமல். இந்த இருவரும் சாதாரணம் என்கிற அளவில் பலர் இருக்கிறார்கள், இருந்திருக் கிறார்கள். உலக மகா கஞ்சர்கள் என்று தேடியதில் கிடைத்த மூவர் பற்றி மட்டும் சொல்கிறேன்.

தாமஸ் குக் என்ற பிரிட்டிஷ்காரர் படு சிக்கனமானவராம். படு சிக்கனம் என்றால் கஞ்சன் என்று அர்த்தம். ஆங்கிலத்தில் மைசர். அவர் காலம் *1726-1811*. சரித்திரத்தில் இடம் பெறும் அளவு இந்தப் பெருமகனார் கஞ்சம். எவ்வளவு கஞ்சம் என்றால், அவர் சிக்கனம் செய்ததில் அவரது மனைவி பசியிலேயே சாகும் அளவு.

தாமஸ் குக் *(1726 - 1811)*

ஜான் எல்வெஸ் என்று மற்றொரு பிரிட்டிஷ்காரர். இவரும் கஞ்சர்தான். இன்னொரு கூடுதல் தகவல் இவர் இங்கிலாந்தின் நாடாளுமன்ற உறுப்பினர்.

நல்ல பணக்காரரான இவருடைய குணாதியசங்களைக் கேட்டால் ஆச்சரியமாக இருக்கும். இருட்டு வதற்கு முன்பே படுக்கப்போய் விடுவார். காரணம், வேறு என்ன, மெழுகு வர்த்திகளை மிச்சம் செய்யத்தான்.

ஜான் எல்வெஸ் புதுத்துணிகளே வாங்க மாட்டார். நைந்து கிழிந்து போனாலும் விடாமல் பழைய ஆடைகளையே அணிவார். அது எந்த அளவுக்கு மோசமாக இருக்கும் என்றால், இவர் சாலையில் நடந்துபோகும் போது, பிச்சைக்காரர் என்று நினைத்து சிலர் காசு போடும் அளவுக்கு.

இவருக்கு சொந்தமான பல வீடுகள் உண்டு. ஆனால் அவர் அந்த வீடுகள் எதிலும் குடியிருக்கமாட்டார். எல்லா வற்றையும் வாடகைக்கு விட்டு விடுவார். ஒருவர் காலி செய்து, அடுத்த குடித்தனக்காரர் வரும் வரை காலியாக இருக்கும் நேரம் மட்டும் அந்த வீட்டுக்கு போய் தங்குவார். மற்றபடி திறந்த வெளிகளில் தங்குவார். அவ்வளவு கருமி.

ஜான் எல்வெஸ் *(1714 - 1789)*

இங்க்வர் கம்பிராட்
(1926 -)

இன்னொருவர் பெயர், இங்க்வர் கம்பிராட். இவர்தான் ஐகியா (IKEA) என்ற ஒரு மாபெரும் 'விலைகுறைவான பர்னிச்சர்கள் விற்பனை செய்யும்' நிறுவனத்தை தொடங்கியவர். ஸ்வீடன் நாட்டைச் சேர்ந்த பெரும் பணக்காரர் இவர். அவர் அணியும் ஆடைகளை அவர் எப்போதும் பழைய சாமான் கடைகளில்தான் வாங்குவார். 'யூஸ்டு', 'செகண்ட் ஹேண்ட்' என்போமே அப்படிப்பட்ட கடைகளில் இருந்து. 'டிப் டீ' என்றழைக்கப்படும் டீ பையை, ஒருமுறை பயன்படுத்தியதோடு விட மாட்டார். இரண்டாவது டிக்காஷன்போல, அதை அடுத்து இன்னொருமுறை டீ போடுகையில் பயன்படுத்துவார்.

ஹோட்டல்களில் வைக்கப்படும் சீனி மற்றும் மிளகுத் தூள் பாக்கெட்டுகளை அய்யா பாக்கேடுகளில் போட்டுகொண்டுவந்து வீட்டில் பயன்படுத்துவார். அதற்கும் சேர்த்துதானே பில் போடு கிறார்கள் என்பது அவரது எண்ணமாக இருக்கலாம்.

ஸ்வீடன் நாட்டைச் சேர்ந்த அவர் முடிவெட்டிக்கொள்ள, மிகக் குறைந்த கட்டணம் வசூலிக்கும் கடைகளைத் தேடுவார். அதிகமான தள்ளுபடி கட்டணங்களாக இருந்தால்தான் வெட்டிக்கொள்வார். வளரும் நாடுகள்தான் அவருக்கு இந்த வேலைக்கு ஒத்துவரும். அந்த விதத்தில் வியட்நாம் அவருக்கு பிடித்த இடம்.

ஆடித் தீர்ப்பது பண நிர்வாகத்தில் தவறு என்றால், எதையும் செய்துகொள்ளாமல் அப்படியே சேர்த்து வைப்பதும் கோளாறே.

{ 8 }

நாளை வரைக்கும்தான் இந்த ஆபர்...

சிலர் வீடுகள், பிளாட்டுகள் கட்டி அல்லது விலைக்கு வாங்கி வாடகைக்கு விடுவார்கள். அவர்கள் வேலைக்குப் போய் சம்பாதிப்பதுடன் இந்த வாடகைப்பணம் வர, அவர்கள் வருமானம் உயரும்.

வேறு சிலர் சேமிப்புகளை வங்கிடெபாசிட்டுகளில் போட்டு வைப்பார்கள். வட்டி கிடைக்கும். இதுவும் இரண்டாவது வருமானம் போலதான்.

நாம் மட்டும் நம் அறிவாலோ, உழைப்பாலோ சம்பாதித்தால் போதாது. நம் சேமிப்புப் பணமும் முதலீடு செய்யப்பட்டு, அதுவும் நமக்காக சம்பாதிக்கவேண்டும்.

என்ன காரணத்தாலோ பின்னால் வேலை போய், வருமானம் நின்று விட்டால் அல்லது வயதாகி பணி ஓய்வு பெற்றால், வேறு எவரையும் எதிர்பார்க்காமல், இந்த 'நில்லாத' இரண்டாவது சம்பாத்தியத்தில் வாழ்க்கையை ஓட்டிவிடலாம்

இதற்காகத்தான் சம்பாதிக்கும் நேரம் பணத்தை சேமித்து முதலீடு செய்யவேண்டும் என்பது.

வீடு அல்லது பிளாட்டில் முதலீடு என்பதும், வங்கி பிக்செட் டெபாசிட்டில் போட்டு வைப்பது என்பதும் பாதுகாப்பான முதலீடுகள். ஆனால், இவற்றை எல்லோரும் செய்வதில்லை.

வங்கி டெபாசிட்க்குக் கிடைக்கும் வட்டி குறைவு. மேலும் அந்தப் பணத்துக்கு வருமான வரி வேறு கட்டவேண்டும் என்பதால் சிலர் அவற்றின் பக்கம் தலைவைத்துப் படுப்பதில்லை.

அவர்கள் ரத்தம் இளமையானது. வண்டி ஓட்டுவதில் மட்டுமல்ல, முதலீடுகள் செய்வதிலும் அவர்களுக்கு கொஞ்சம் 'கிக்' தேவைப்படுகிறது.

சிலர் பங்கு வர்த்தகத்தில் ஈடுபடுவார்கள். பங்குகளில் நீண்டகால முதலீடு என்பது வேறு, வர்த்தகம் செய்வது (டிரேடிங் மற்றும் F - O எனப்படும் பியூட்சர்ஸ் - ஆப்ஷன்ஸ்) செய்வது வேறு.

'முதலீடு' செய்தால், முடிவு தவறானாலும் சில சமயங்களில் காலம் காப்பாற்றிவிடும். முதலாகப் போட்ட பணத்தையாவது தேற்றி விடலாம். ஆனால், டிரேடிங் செய்தால் போயிற்று.

என்னால் முடியும், எனக்குத் தெரியும் என்பார்கள். தெரிந்தவர் பேச்சு கேட்கமாட்டார்கள். மீண்டும் மீண்டும் வெவ்வேறு விதங்களில் செய்து, சேமிப்புகளை இழப்பார்கள்.

சேமிப்புகளை இழப்பதே வீண், தவறு எனும்போது, நஷ்டம் அதிகமாகிக் கடனில் மாட்டுபவர்களும் உண்டு.

இப்படிப்பட்டவர்கள் பலரை எனக்கு நன்றாகவே தெரியும். காரணம், 2004 முதல் தமிழகத்தின் பல்வேறு ஊர்களில் நடைபெற்ற கூட்டங் களில் கலந்துகொண்டு முதலீடுகள் பற்றிப் பேசியிருக்கிறேன். கூட்டங்களின் முடிவில் வந்து தனியே சந்திக்கும் பலர் சொல்லிய கதைகள் எல்லாம் 'நஷ்டக் கதைகள்'தான்.

இத்தனைக்கும் சந்தை வேகமாக உயர்ந்துகொண்டிருந்த கால கட்டங்கள் அவை.

இவர்களுக்கும் சந்தையின் உயர்வுக்கும் தொடர்பில்லை. இவர்களுக்கு எப்போதும் நஷ்டக்கணக்குதான்.

பிரச்னை சந்தையில் இல்லை. இவர்களின் மனோபாவத்தில் இருக்கிறது.

ஆசை இருக்கலாம். ஆனால் உடன் எச்சரிக்கை உணர்வும் இருக்க வேண்டும். இவர்களிடம் முதலாவது மட்டும்தான் இருக்கும்.

பங்குகளில் மட்டுமல்ல. நான் எச்சரிக்கையானவனாக்கும் என்று சொல்லிக்கொள்ளும் சிலர், பங்குகள் ரிஸ்க்கானவை என்று டெபாசிட்டுகள் மட்டுமே போடுவார்கள். ஆனாலும் சிக்கல்களில் மாட்டுவார்கள். அதெப்படி என்று கேட்கத் தோன்றுகிறதா?

சில ஆண்டுகளுக்கு முன்னால், பல பெனிபிட் பண்டுகள் வங்கிகள் கொடுப்பதைவிட 6, 8 சதவிகிதங்கள் கூட அதிகமான வட்டி கொடுத்தன. எதற்காக வீணாக வேலைக்குப் போய் சிரமப்பட்டு சம்பாதிக்க வேண்டும் என்று, விருப்ப ஓய்வான வி.ஆர்.எஸ் எழுதிக் கொடுத்துவிட்டு, எதிர்கால சம்பளத்தையும் மொத்தமாக கையில் வாங்கிக்கொண்டு வெளியே வந்தவர்களை அப்படி இழுத்ததில் இந்த 'பண்டு'களுக்கும் பங்கு உண்டு.

ஆண்டுக்கு 18 %, 24 % வட்டி. மேலும் சேரும் போதே வெள்ளி தங்க காசுகள். படு ஆர்வமாகிவிட்டார்கள்.

முதல் சில பல மாதங்களுக்கு எல்லாம் சரியாயத்தான் போனது. ஆனால் பின்பு வட்டி வரவில்லை. தகவல் வெளிவர, பலரும் அவர்கள் டெபாசிட்டுகளைத் திருப்பிக் கேட்க, குழப்பம், பிரச்னைகள். பின்பு கோர்ட்டு, தீர்ப்பு. ரூபாய்க்கு இவ்வளவு காசு மட்டுமே என்று முடிவு. தலையில் துண்டைப் போட்டுகொண்டார்கள். ஆசை செய்த வேலை.

சரி இதெல்லம் நடந்தது 1980கள், 1990 கள் தானே. இப்போது என்ன என்று கேட்கக்கூடாது. சம்பவாமி யுகே யுகே போல, காலந்தோறும் இந்த 'விளையாட்டு' நடந்துகொண்டேதான் இருக்கிறது.

சுமார் பத்து ஆண்டுகள் இருக்கலாம். ஒரு முறை நான் சென்னை சத்யம் திரையரங்குக்குப் போயிருந்தேன். கார் பார்க்கிங் பார்க்கும் பையன் வந்தான். ஒரு சீட்டை நீட்டினான். நான் காசு எடுத்தேன். அவன் காசு இல்லை சார். இந்தாங்க கூப்பன். இதுல இருக்கிற நம்பருக்கு மிஸ்டு கால் கொடுங்க என்றான்.

அது ஒரு நிறுவனத்தின் கூப்பன். அவர்கள் எனக்காக (அன்றைக்கு கார் பார்க் செய்த்த அனைவருக்காகவும்) மொத்தமாக காசு கட்டி வண்டி கூப்பன்கள் வாங்கிவிட்டார்கள். ஸ்பான்சர். அட! பரவாயில்லையே என்று படம் பார்க்க போய்விட்டேன்.

மிஸ்டு கால் கொடுத்தேன். ஒரு பெண் குரல். என் நம்பருக்கு பரிசு விழுந்திருக்கிறது என்றார்கள். கார் கூப்பனுடன் நேரில் வரச் சொன்னார்கள். மனைவியுடன் வந்தால் ஸ்பெஷல் பரிசு என்றார் போனில் பேசிய பெண்.

அடுத்த ஞாயிற்றுக்கிழமை போனேன். வாசலில் கூட்டம். உள்ளே போய் பரிசு கேட்டேன். வெயிட் பண்ணுங்க. நீங்க அடுத்த பேட்ச் என்றார்கள். காத்திருந்தேன். எல்லாம் இளம் ஜோடிகள். அங்கே பல ஸ்டாண்டிகளில் கோவா, ஊட்டி, ஜெய்பூர் போன்ற சுற்றுலா இடங்களின் பெரிய புளோ அப் படங்கள். கூடவே பெரும் கட்டடங்களின், உள் அறைகளின் படங்கள்.

அடுத்த பேட்ச்சில் உள்ளே போனால், அந்த 20 க்கு 20 அடி அறையில் முழுக்க நெருக்கம் நெருக்கமாக சிறிய மேசைகள். ஒவ்வொரு மேசையிலும் மூன்று நாற்காலிகள். ஒரு முகவர். சிரித்து சிரித்துப் பேசினார். பரிசு என்றேன். இறுதியில் என்றார்.

விஷயம் இதுதான் ''ஹாலிடே ஹோம்' 'டைம் ஷேர்' விற்கிறார்கள். எண்பதாயிரமோ என்னவோ கட்டினால் 20 ஆண்டுகளுக்கு, ஆண்டுக்கு ஒருமுறை அந்த பெரிய ஹோட்டல்களில் இரண்டு, மூன்று நாட்கள் வாடகை இல்லாமல் தங்கலாம்.

''இது ஒரு ஸ்பெஷல் ஆஃபர். நாளையுடன் முடிகிறது. அடுத்த ஸ்கீமில் இதே அறைகளுக்கு ஒரு லட்ச ரூபாய் கட்டவேண்டும்''. இன்னும் என்ன என்னவோ சொன்னார். எப்போது செக் கொண்டு வருவீர்கள் என்று கேட்டார். ''கேஷூம் ஓக்கே'' என்றார். அட்ரஸ் கொடுங்க நாங்க ஆள் அனுப்பி வாங்கிக்கொள்கிறோம் என்றார். எங்கள் காரில் போய் வரலாம். வீடு எங்கே என்றார்.

''இந்த நிறுவனத்தின் பெயர் என்ன... ஓனர் யார்... தலைமையகம் எங்கிருக்கிறது... எத்தனை ஆண்டுகளாக நடக்கிறது'' என்று வரிசையாகக் கேட்டேன். ''கவர்மெண்ட் ரிஜிஸ்தர்டு'' என்றார். நிறுவனத்தின் வண்ண வண்ண பேம்ப்லெட்ஸ் காட்டினார். நீங்கள் கேட்பது கரெக்ட் சார் என்று என்னைப் பாராட்டினார். எல்லா விவரமும் இதில் வெளிப்படையாக அச்சடித்துக் கொடுத்திருக்கிறோம் என்றார்.

நான் கேட்ட அதே கேள்விகளையே மீண்டும் நிதானமாக கேட்டேன். எங்கள் மேனேஜர் சொல்வார் என்றார்.

வேறு ஒருவர் வந்தார் . முன்பு பேசியவரைப் போலவே அதே தகவல்கள் மட்டும் கொடுத்தார். நான் கொஞ்சம் சத்தமாக அதே கேள்விகளைக் கேட்க, மற்ற மேசைகளில் நாசுக்காக பேசிய முகவர்களும், ஆர்வமாக கேட்டுக்கொண்டிருந்த தம்பதியர்களும் எங்களைத் திரும்பிப் பார்த்தார்கள்.

சார் நீங்க ஏன் சார் பிசினெஸ் நடக்கிற இடத்தில் பிரச்னை பண்றீங்க என்று கேட்டு என்னை அங்கிருந்து நாசுக்காக வெளியேற்றினார்கள். அதே சமயம் சிலர் அட்வான்ஸ் கொடுத்துக்கொண்டிருந்ததைப் பார்த்தேன்.

அது சரி, உங்களுக்கு 'பொன்சி' திட்டங்கள், 'மல்டிலெவல் மார்கெட்டிங்'குகள் பற்றித் தெரியுமா?

{9}

பொன்சி திட்டங்கள்

பிதாமகன் திரைப்படத்தில் சூர்யா சிவாஜி பத்மினி ராதா என்று மூன்று படங்கள் வைத்து, ஒரு டப்பாவுக்குள் போட்டு கட்டைகளை உருட்டுவார். பார்த்திருக்கிறீர்கள் தானே.

நடிகர் கருணாஸும் மற்றொருவரும் (கம்பெனி ஆட்கள்) 5 ரூ வைத்து 10 ரூபாய் சம்பாதிப்பார்கள். இதைப் பார்த்துக்கொண்டிருந்த கதாநாயகி லைலா, பாலிடெக்னிக் படிக்கும் மாணவி, அவர் சீசன் டிக்கெட் எடுக்க வைத்திருந்த 100 ரூபாயையும் வைத்து விளையாண்டு, 100 ரூபாய் ஜெயித்துவிடுவார்.

போதும் என்று சந்தோஷமாக லைலா தன் பணத்தை எடுத்துக் கொண்டு கிளம்ப முயற்சிக்க, ''பிடிடா அவளை. என்ன சமார்த்தியம். ஜெயித்துவிட்டு போய்விடுவாயா? தொடர்ந்து விளையாடு'' என்பார்கள். எல்லாவற்றையும் தோற்கடித்துதான் விடுவார்கள்.

இது திரைப்படத்தில் வரும் ஒரு காட்சி.

ஆனால், படத்தில் வரும் வெறும் கற்பனைக் காட்சி அல்ல என்பது சிலருக்குத் தெரிந்திருக்கும். பல ஊர்களிலும் தெருவோரங்களில் இப்படி நடக்கவே செய்கின்றன.

தெருக்களில் மட்டுமல்ல. பெரிய நகரங்களில் சூதாட்ட கிளப்புகளில் நடப்பதும் இப்படித்தான்.

மூணு சீட்டு, மங்காத்தா, சூதாட்டம் எல்லாம் வெளிப்படையாகத் தெரியும் ஏமாற்று வேலைகள். ஆனால், இவ்வளவு வெளிப்படையாக இல்லாமல், கொஞ்சம் கலர், ஜிகினாத்தாள் சுற்றி விற்கப்படும் இப்படிப்பட்ட திட்டங்கள்பற்றித் தெரியுமா?

அவற்றின் பெயர்தான் பொன்சி திட்டங்கள்.

என்னதான் ஜிகினாத்தாள் சுற்றி விற்றாலும் எங்களுக்குத் தெரியாதா என்ன என்று கேட்கலாம்.

ஒருவர் வியாபாரம் ஆரம்பிக்கிறார். ''இந்தாருங்கள் என் பணத்தையும் தருகிறேன். வியாபாரத்தில் சேர்த்துக்கொள்ளுங்கள்'' என்று சொல்லி சிலர் அவர்கள் சொந்தப் பணத்தை அவரிடம் கொடுக்கிறார்கள்..

அவர்களுக்கு வட்டி அல்லது லாபத்தில் பங்கு என்ற டிவிடெண்ட் ஆக அவர் எவ்வளவு கொடுப்பார்?

அது கிடைக்கும் லாபத்தைப் பொறுத்தது என்கிறீர்களா?

கரெக்ட். அப்படித்தானே செய்ய வேண்டும். அவர் வியாபாரத்தில் லாபமே வரவில்லை. என்ன செய்வார்?

இதென்ன கேள்வி. அவரால் ஏதும் தரமுடியாது என்று பதில் சொன்னால், அப்படி நடந்துகொண்டால் அவர் சராசரி மனிதர். நேர்மையான மனிதரும்கூட. ஆனால், சிலர் வித்தியாசமானவர்கள்.

அப்படி என்ன வித்தியாசமானவர்கள்?

சில ஆண்டுகளுக்கு முன்பு நம் நாட்டில் ஒரு பெரிய கம்பெனி இருந்தது. அது ஈட்டியதைக் காட்டிலும் கூடுதலான பணத்தை அதன் லாபமாக மக்களுக்கும் அரசுக்கும் காட்டி வந்திருக்கிறது. காட்டிய லாபம் அளவுக்கு வருமான வரியும் கட்டியிருக்கிறது.

ஒருநாள் இதை அந்த நிறுவனத்தின் தலைவரே சொன்னபோதுதான் உலகுக்கு தெரிய வந்தது. பலருக்கும் கடும் அதிர்ச்சி.

நிறுவனங்கள் அவை செய்யும் லாபத்தைக் குறைத்துக் காட்டி, வருமான வரி ஏய்ப்பதுதானே வழக்கம், நடைமுறை. இதென்ன புதுக் கதையாக இருக்கிறது என்று கேட்கிறீர்களா?

அப்படியென்றால் உங்களுக்கு சத்யம் கம்ப்யூட்டர் கதை தெரியாது என்றுதான் சொல்லவேண்டும். அதன் தலைவர் ராமலிங்க ராஜு ஒப்புக்கொண்ட பித்தலாட்டம்தான் இது.

லாபமே வராமல் பங்குதாரருக்கு, முதல் போட்டவருக்கு பெரும் தொகைகளை டிவிடெண்டாகக் கொடுப்பது எல்லாம், சின்ன மீன் போட்டு பெரிய மீன் பிடிக்கும் பம்மாத்து வேலைகள்.

எல்லாம் சரி. இது இப்படி நடந்துகொண்டிருக்கிறது என்று மற்றவர்களை விடுங்கள், அந்த நிறுவனத்தின் வெளி ஆடிட்டர்களே கண்டுபிடிக்கவில்லை.

எப்படிப்பட்ட 'ஜிகினாத்தாள் சுற்றல்' பாருங்கள்.

அவர் இப்போது குற்றவாளி. சிறைதண்டனை. அவரது சொத்துக்கள் பறிமுதல், முடக்கம்.

மிகப் பெரிய லாபங்களுக்கு ஆசைப்பட வைத்து, வாடிக்கையாளர்கள் கொடுக்கும் முதலையே கபளீகரம் செய்யும் இது போன்ற மோசடிப் பேர்வழிகள் இப்போது மட்டுமல்ல எப்போதும் இருக்கிறார்கள். இந்தியாவில் மட்டுமல்ல, உலகின் எல்லா பகுதிகளிலும் இருக்கிறார்கள்.

பல்பு வாங்கலையோ 'பல்பு'

1637 லேயே டச்சு நாட்டில் 'டுலிப் பல்ப்' என்ற பொருள், எவரும் நம்ப முடியாத அளவு விலை உயர்ந்தது. பலரும் அதை பைத்தியம் போல, என்ன விலையானாலும் வாங்கினார்கள். அதைப் பயன்படுத்துவதற்காக இல்லை. விலை ஏறியதும் விற்பதற்கு. வாங்கியவர்களுக்கு எல்லாம் லாபம். லாபம் தவிர வேறு ஏதுமில்லை. இப்படி ஒரு பொருள் இருந்தால் அதைத் தானும் வாங்கி லாபம் பார்ப்போமே என்று தோன்றுமா தோன்றதா? வாங்கிக்கொண்டே இருந்தார்கள். எவரும் எதிர்பாராத நேரம் அதன் விலை அதள பாதாளத்தில் விழுந்தது!

மகளிர் மட்டும் (ஏமாறலாம்!)

1880ல் சாரா ஹவி (Sarah Howe) எனும் பெண்மணி அமெரிக்காவின் போஸ்டன் நகரில் 'லேடீஸ் டெபாசிட் கம்பெனி' என்று ஒரு கம்பெனி நடத்தி, பெண்கள் மட்டுமே டெபாசிட் செய்யலாம் என்று சொல்லி, கொடுத்த டெபாசிட்டுகளுக்கு மாதம் 8% வட்டி கொடுத்திருக்கிறார். ஆண்டுக்கு 96%. ஒரே ஆண்டில் முதலீடு 'டபுள்'. ஒருநாள் மக்கள் கொண்டுவந்து கொட்டிய பணம் மொத்தமும் 'அபேஸ்'. மோசடிக்காக கைது.

பெயர் கொடுத்த பெருமகனார்

அவர் பெயர், சார்ல்ஸ் பொன்சி. ஆண்டு 1919. அவர் செக்யூரிட்டீஸ் எக்ஸ்சேஞ்ச் கம்பெனி என்று ஒரு நிறுவனம் ஆரம்பித்தார். அந்த

நிறுவனம் செய்த வியாபாரம், குறைந்த விலைகளில் கிடைக்கும் தபால் ஸ்டாம்புகளை வெவ்வேறு நாடுகளில் ஆட்கள் வைத்து வாங்கி, அவற்றை வெவ்வேறு நாடுகளில் விலைகள் உயரும் போது விற்பது.

இப்போதைய காலம் போல அப்போதெல்லாம் ஸ்டாம்புகளும், தபால் கட்டணங்களும் குறிப்பிட்ட காலத்துக்கு நிலையாக இருப்பதில்லை. பங்கு விலைகள் போல அவ்வப்போது மாறும்.

ஆக, இவர் 'திறமை'யாக செய்ததில் இவரது நிறுவனமான செக்யூரிட்டீஸ் எக்ஸ்சேஞ்ச் கம்பெனி, பெரும் லாபம் பார்த்திருக்கிறது. அதனால் அவரது நிறுவனத்தில் 'முதல்'ஆக பணம் போட்டவர்களுக்கு நல்ல டிவிடெண்ட் கொடுத்திருக்கிறார்.

எவ்வளவு என்றால் 100 ரூபாய் போட்டவர்களுக்கு 45 நாட்களில் 50 ரூபாய். 90 நாட்களில் 100 ரூபாய். ஆமாம் நூறு போட்டால் நூறு. மூன்றே மாதத்தில் இரட்டிப்பு.

கேட்கவா வேண்டும். இவரிடம் பணத்தைக் கொண்டுவந்து கொட்டினார்கள். மனுஷன் சளைக்கவில்லை. சொன்னபடி கொடுத்தார்.

அதெப்படி சாத்தியம்... அவ்வளவு லாபமா வந்தது?

அவர் லாபத்தில் இருந்து கொடுக்கவில்லை. சொல்லப்போனால் அவர் ஸ்டாம்ப் வியாபாரம் செய்தது பெயருக்கு.

பிறகு எப்படி அவ்வளவு கொடுக்க முடிந்தது?

அதான் புதிது புதிதாக மக்கள் கொண்டுவந்து அவர்கள் பணத்தைக் கொட்டினார்களே. அதிலிருந்துதான் எடுத்துக்கொடுத்தார்.

மக்களுக்கு அதெல்லாம் தெரியாது. அதுவும் 100 ஆண்டுகளுக்கு முன்னால் என்றால் பார்த்துக்கொள்ளுங்கள்.

இறுதியில்?

1920வரை இந்தக் கதை ஓடியது. பின்பு புகார்கள் எழ, அரசின் விசாரணை நடந்து விஷயம் வெளிச்சத்துக்கு வந்தது.

அதன் பிறகு இப்படி வியாபாரமே இல்லாமல் தொடக்கத்தில் பெரும் பணத்தை மக்கள் செய்யும் முதலீட்டுக்கு வருமானமாகக் கொடுத்து ஈர்ப்பது.

ஈர்க்கப்பட்ட மக்கள் பெருமளவில் கொடுக்கும் பணத்தை, வியாபாரத்தில் போடாமல், அதிலிருந்து ஒரு பகுதியை எடுத்து தொடர்ந்து லாபம் கொடுப்பது. மேலும் மக்கள் ஈர்க்கப்பட்டு பெரும் பணம் சேர்ந்ததும் பணத்துடன் தலைமறைவாகிவிடுவது. இதுதான் செய்முறை. இந்த முறை திட்டங்களுக்கு முதலில் தொடங்கி வைத்தவரின் பெயரான 'பொன்சி' என்பதையே வைத்துவிட்டார்கள்.

பெரிய மனிதர் செய்த வேலை

ஆண்டு 2008. பெயர் பெர்னி மாடாப். இவர் நடத்தியது பொன்சி திட்டம் என்பது வெளிவாராமலே இருந்திருக்கிறது. எவ்வளவு காலம் தெரியுமா? 17 ஆண்டுகள். இந்த மனிதர் இத்தனைக்கும், அமெரிக்க பங்குச் சந்தைகளில் ஒன்றான நேஸ்டாக்குக்கு 1990, 1991, 1993 ல் என்று மூன்று ஆண்டுகள் சேர்மன் ஆகவே இருந்திருக்கிறார்.

பங்குச் சந்தையில் டிரைவேடிவ்ஸ் என்று ஒரு வகை வர்த்தகம். பெரும் லாபம் அல்லது பெரும் நஷ்டம் தரவல்லது. அதில் Split-strike conversion என்கிற ஒரு வழிமுறையில், தான் பிரமாதமான லாபம் செய்வதாக பெர்னை மேடாப் (Bernie Madoff) என்பவர் விளம்பரம் செய்தார். அவர் அப்படி சொல்ல, கணக்கு காட்ட, அவரது ஹெட்ஜ் பண்டுக்கு பணம் கொட்டியது. பலரும் சேர்ந்தார்கள்.

புதிதாகச் சேர்பவர்கள் கட்டும் பணத்தை வியாபாரத்தில் போடாமல், ஒரு தனி கணக்கில் போட்டு அதிலிருந்து 'லாப பகிர்வு' என்றபெயரில் பெரும் பணம் கொடுத்தார். மற்ற நிறுவனங்கள் நஷ்டம் என்று சொல்லிக்கொண்டிருக்கையிலும் அவர் லாபம் ஈட்டுவதாகச் சொல்லி 15 முதல் 18% வரை வட்டி கொடுத்துக்கொண்டிருந்தார். 'அவர் பண்டில் போட்டு வைத்தால் நல்ல வருமானம் கிடைக்கும்.

அவர் பிரமாதமாகச் செய்கிறார்' என்று முதலீட்டாளர்கள் நம்ப ஆரம்பித்தார்கள். அவர் இது எல்லாருக்குமானதல்ல என்றார். சிலர் கொண்டுவந்த பணத்தை ஏற்க மறுத்தார். இதனாலும் அதிகமான பணத்தை ஈர்த்தார்.

பல ஆண்டுகளுக்கு பணம் வந்துகொண்டேயிருந்தது. அவரும் லாபம் ஈட்டாமலே, புதிதாக சேருபவர்கள் கட்டும் 'முதல் பணத்தில்' இருந்து ஏற்கனவே சேர்ந்தவர்களுக்கு 'லாப பகிர்வு' என்று நல்ல அளவு பணம் கொடுத்தார்.

இப்படியே எல்லாம் போய்க்கொண்டிருந்தபோது வந்தது, 2008ம் ஆண்டின் 'சப் பிரைம்' பிரச்னை. அதனால் பங்கு சந்தைகள் பெரும் வீழ்ச்சி கண்டன.

இனி பங்குச் சந்தையில் நஷ்டம்தான் வருமென மக்கள் அவர்கள் போட்ட முதலீட்டுப் பணத்தை Bernard L. Madoff Investment Securities LLC நிறுவனத்திலிருந்தும் திரும்ப எடுத்தார்கள். பலரும் அவர்கள் பணத்தைக் கேட்க, மேடாஃப்பால் கொடுக்க முடியவில்லை.

காரணம், தெரிந்ததுதான். அவரிடம் அவ்வளவு பணம் இல்லை. மோசடி வெளிச்சத்துக்கு வந்தது. விசாரணை நடந்தது.

2009ம் ஆண்டு அவரது 71 வது வயதில் அவர் முதலீட்டாளர்களின் பல ஆயிரம் கோடி ரூபாய்களை மோசடி செய்திருக்கும் குற்றவாளி என்று தீர்ப்பெழுதப்பட்டு அவருக்கு 150 ஆண்டுகள் சிறை தண்டனை விதிக்கப்பட்டது. மேலும் அவருடைய 170 மில்லியன் டாலர் மதிப்புள்ள சொத்துகளும் பறிமுதல் செய்யப்பட்டன.

இதெல்லாம் அநியாயம்தானே. நீங்கள் இப்படிச் செய்யலாமா? என்று கேட்டிருக்கிறார்கள்.

சொன்னார் பாருங்கள் ஒரு பதில். பணம் குறித்த முக்கியமான ரகசியம் அது.

''எல்லோரும் பேராசைப்பட்டார்கள். அப்படி வரும் வருமானம் தொடரவேண்டும் என்று நினைத்தார்கள். நானும் அவர்கள் விரும்பியதைச் செய்தேன்'' என்று 'சிம்பிளாக' முடித்துக்கொண்டார்.

மக்களின் பேராசைதான் காரணம் என்று அவர் சொல்வதிலும் உண்மை இருக்கிறதுதானே!

{ 10 }

ஆசைக்கும் அறிவுக்கும் நடக்கும் போட்டி

வானொலி மற்றும் தொலைக்காட்சிகளில் விளம்பரங்கள் கேட்டிருக்கிறீர்கள்தானே. அப்படியென்றால், சில விளம்பரங்களின் முடிவில் மட்டும், புரிந்துகொள்ள முடியாதவாறு ஒரு வாக்கியத்தை படுவேகமாகச் சொல்வதையும் கேட்டிருப்பீர்களே!

'இவை சந்தை அபாயங்களுக்கு உட்பட்டவை. முழு விவரங்களுக்கு .... யை பார்க்கவும்' என்ற வாக்கியத்தைத்தான் அப்படி படுவேகமாக, முந்தைய டேப்ரிக்கார்டர்களில் பாஸ்ட் பார்வேர்ட் செய்தால் கேட்கும் சத்தம்போலச் சொல்வார்கள். சமயத்தில் கீச் கீச் என்று கேட்கும் அளவில்கூட அந்த வேகம் இருக்கும்.

சிகரெட் டப்பாக்கள் மற்றும் மதுபாட்டில்கள் மீது, 'உயிருக்கு கேடு' என்று எழுதப்படவேண்டும் என்பதுபோல, பொதுமக்கள் நலனில் அக்கறை காரணமாகத்தான் அந்த சில குறிபிட்ட விளம்பரங்களின் இறுதியில் அப்படி சொல்லவேண்டும் என்று அரசு கட்டாயப்படுத்துகிறது. சொல்லவேண்டும் என்று கட்டாயம் இருப்பதால் மனசின்றி, சாமார்த்தியமாக கூடுதல் வேகத்தில் அதைச் சொல்கிறார்களாம் விளம்பரதார்கள். கேவலம்.

ஆக, இப்படி ஊடகங்கள் மூலம் வெளிப்படையாக விளம்பரம் செய்யப்படும் முதலீட்டு வாய்ப்புகளிலேயே 'சந்தை அபாயம்' இருக்கிறது என்றால் அப்படி இல்லாமல், எவரோ தனிமையில் சொல்லும் அல்லது அவர்கள் அலுவலகத்தில் வைத்து தெரிவிக்கும் விஷயங்களில் எவ்வளவு அபாயம் இருக்கக்கூடும்.

ஆனால், பொன்சி திட்டங்கள் கட்டமைக்கப்படுவது மக்களுக்கு இருக்கும் பேராசை மீதுதான்.

சந்தை அபாயம் இருக்கிறது என்று சொன்ன பிறகும், அது என்ன, எப்படி, எவ்வளவு தூரம் தன்னை பாதிக்கும் என்றெல்லாம் தெரிந்து கொள்ளாமலேயே, அந்தத் திட்டத்தில் இருப்பதாக சொல்லப்படும் வாய்ப்புகளை மட்டுமே மனதில் வைத்து, சேர்ந்துவிடுகிறவர்களை, பணம் போடுகிறவர்களைப் பற்றி என்ன சொல்வது?

எதுவுமே அறிவுக்கும் ஆசைக்கும் நடக்கிற போட்டிதானே.

'செய்' என்று ஆசை சொல்லும். 'வேண்டாம் மாட்டிக்கொள்வாய்' என்று அறிவு சொல்லும். சிலர் அறிவு சொல்வதைக் கேட்பார்கள். வேறு சிலர் ஆசைக்குத் தலையாட்டுவார்கள்.

பங்குச் சந்தை, டெப்பாசிட் திட்டங்கள், நகைச் சீட்டுகள் போன்றவை மட்டுமல்ல. சில ஆண்டுகளுக்கு முன்பு அறிமுகமாகி பல லட்சாதிபதி களை தெருவுக்குக் கொண்டுவந்த ஈமு கோழி போன்ற திட்டங்களும் இப்படித்தான் ஆசை காட்டின.

ஈமுவுக்குப் பிறகும் இப்படிப்பட்ட திட்டங்கள், தமிழகத்தின் அதே கொங்கு மாவட்ட ஊர்களில் வேறு முறைகளில் நடக்கவே செய்தன. இன்றும் நடந்துகொண்டிருக்கலாம்.

மொத்தமாக லட்சம் ரூபாய் கட்டிவிட்டால் போதும், மாதாமாதம் பத்தாயிரம் ரூபாய் தரப்படும் என்பார்கள். பங்கு சந்தையில் போட்டு புரட்டி எடுக்கிறோம். அல்லது கமாடிட்டி சந்தையில் கலக்குகிறோம் என்பார்கள். இதில் எந்த ரிஸ்க்கும் இல்லை என்பார்கள்.

இவர்களின் வலையில் வீழ்பவர்களுக்கு ஈமு கோழி பற்றியோ பங்கு சந்தை பற்றியோ அல்லது கமாட்டிட்டி பற்றியோ அதிகம் அல்லது ஏதுவுமே தெரியாது. ஆனால் எவரோ லாபம் பண்ணியிருக்கிறார்கள் என்பது மட்டும் அவர்கள் கேள்விப்பட்டதாக இருக்கும்.

ஆக, அது சிலருக்கு சாத்யமாகியிருக்கிறது என்ற தகவல் அவர்கள் மனதில் உள்புகுந்து ஆசையை உருவாக்கும். மாட்டிக்கொண்டு விடுவார்கள்.

இந்த திட்டங்களில் மக்களைச் சேர்ப்பதற்கு இவர்கள் கையாளும் முறை வித்தியாசமானது. இவர்கள் நேரடியாக மக்களைச் சந்திக்காமல், முதலில் இவர்கள் திட்டங்களை மக்களிடம் கொண்டு சேரக்கவல்ல முகவர்களைச் சேர்ப்பார்கள்.

ஏற்கனவே பிரபலமான சீட்டு கம்பெனிகள், இன்சூரன்ஸ் கம்பெனிகள் மற்றும் நகைக்கடைகளில் முகவர்களாக இருந்த, அனுபவமுள்ள, மக்களிடம் பழக்கம் இருக்கிற கெட்டபெயர் இல்லாத நபர்களாகப் பார்த்துப் பிடிப்பார்கள். மேலும் ஓய்வு பெற்ற பட்டதாரி ஆசிரியர்கள், நிறுவன வேலையில் இருந்துவிட்டு பின்பு என்ன காரணத்தலோ வேலை இழந்தவர்களையும் முகவர்களாகச் சேர்த்துக்கொள்வார்கள். காரணம், அவர்களுக்கெல்லாம் ஊரில் மதிப்பு இருக்கும். அவர்கள் சொன்னால் மக்கள் நம்புவார்கள்.

முகவர்கள் செய்யும் அவர்களது முதலீட்டுக்கு, நிறுவனம் உறுதி சொல்லும் பெரும் வருமானத்தை உடனடியாக கொடுப்பார்கள். சில மாதங்களுக்குத் தொடர்ந்துகொடுப்பார்கள். மகிழ்ச்சியாகிவிடும் முகவர்கள் மேலும் அவர்களது சொந்தப் பணத்தையும், சொந்தக்காரர்கள் பணத்தையும், தெரிந்தவர்கள் பணத்தையும் டெப்பாசிட்டுகளாகக் கொண்டுவருவார்கள்.

முகவர்களை வெளியூர் சுற்றுலா அழைத்துப் போய், படகு வீடுகள் போன்றவற்றில் தங்க வைத்து, பெரிய மீட்டிங் போட்டு, 'நாங்கள் செய்வது வித்தியாசமான வியாபாரம். இதில் பெரும் வருமானம் கிடைக்கிறது. எவர் பணம் போட்டாலும் அவர்களுக்கு பெரும் வட்டி அல்லது டிவிடெண்ட் கொடுக்க முடியும். நீங்களே பார்த்துக்கொண்டு தான் இருக்கிறீர்கள். உங்களுக்கு கிடைக்கவில்லையா?' என்பார்கள்.

மேலும், 'உங்களுக்கு ஏற்கெனவே கிடைத்த வருமானத்தைக் காட்டிலும் கூடுதல் வருமானம் தரக்கூடிய வேலை இது. வேலை சுலபம். மக்களுக்கு மிக நல்ல வருமானம் தரவல்ல திட்டத்தை விற்கவேண்டும். இது கடினமா என்று கேட்பார்கள்.

நீங்கள் முகவராக இருந்து கொண்டுவரும் பணத்துக்கெல்லாம் உங்களுக்கு கமிஷன் என்பார்கள். அது அவர்கள் அதுவரை பெற்றிராத சதவிகிதமாக இருக்கும். 'பார்க்கப் போனால் இது வேலையே இல்லை. சுதந்திரமான தொழில். டென்ஷனே கிடையாது. பயணங்கள் சுகமாக இருக்கும். இருந்த இடத்தில் இருந்தே சம்பாதிக்கலாம்' என்பார்கள்.

மிக அதிகமான டெப்பாசிட் கொண்டு வந்த முகவர்களுக்கு அந்த நிகழ்ச்சியிலேயே மேடையில் அழைத்து கைதட்டி ஆரவாரம் செய்து தங்க சங்கிலி போன்ற பரிசுகள் கொடுப்பார்கள். போக, வர டாக்ஸி தான். மரியாதையாக நடத்துவார்கள். முகவர்களுக்கு எல்லாம் புதிதாக, சந்தோஷமாக இருக்கும்.

இவர்கள் வீசும் இன்னொரு வலை, உங்களுக்கு கடன் வாங்கித் தருகிறோம் என்பதுதான். கிரெடிட் கார்டு பேமெண்ட் பிரச்னையால் சிலருடைய 'சிபில் ஸ்கோர்' சுமாராகி, அவர்களால் எங்குமே கடன் வாங்கமுடியாத நிலை இருக்கும்.

அப்படிப்பட்ட நபர்களை முகவர்கள் மூலம் அணுகி, 'நீங்கள் டெபாசிட் செய்யுங்கள். பின்பு உங்கள் டெபாசிட்டைப் போல சில மடங்கு கடன் கிடைக்கும்' என்பார்கள்.

பணத்தை டெபாசிட் செய்தவர்களுக்கு வட்டி அல்லது டிவிடெண்ட் கொடுக்கவேண்டிய நேரத்தில் அவர்களே மற்றொரு திட்டம் அறிவித்து, வட்டியை அப்படியே அதில் போடுங்கள் மேலும் பெருகும் என்பார்கள்.

எல்லாம் சில மாதங்களுக்கு அல்லது ஓரிரு ஆண்டுகளுக்கு சரியாகவே போகும். அதற்குள் பெரும் எண்ணிக்கையிலான மக்கள் இவர்களது திட்டங்களில் சேர்ந்திருப்பார்கள்.

முதலில் சந்தேகப்பட்டு சேராமல் விட்ட பலருக்கும் இப்போது பதற்றமாகிவிடும். காரணம், அவர்களுக்கு தெரிந்த, முதலிலேயே சேர்ந்துவிட்டவர்களுக்கு சந்தையைக் காட்டிலும் அதிக வட்டி/ டிவிடெண்ட் /லாப பகிர்வு கிடைக்கும். இப்போது முன்பு சேராத பலரும் நல்ல தொகைகளை டெபாசிட்டாகக் கட்டுவார்கள்.

திடீரென ஒரு நாள் கடை முன் கூட்டம் நிற்கும். கடை பூட்டியே இருக்கும். திறக்கப்படாது. கடை முதலாளிகள், அவர்கலுக்கு நெருக்கமானவர்கள் எவரும் தென்படமாட்டார்கள். வேலைக்கு வரும் உள்ளூர் பணியாளர்களும் முகவர்களும் கூட கடை ஏன் திறக்கப்படவில்லை என்று ஆச்சரியப்படுவார்கள்.

அலறல் ஆரம்பம் ஆகும். போலீஸ் வரும்.

தமிழ்நாட்டில் மட்டுமல்ல. எல்லா மாநிலங்களிலும் நடக்கிறது. சாரதா திட்டம் , ரோஸ் வேலி, டிஎஸ். குல்கர்னி போன்ற பல பொன்சி திட்டங்களில் மக்கள் பணம் இழந்தது குறித்து செய்திகள் வந்திருக்கின்றன.

சமீபத்திய உதாரணம் ஹைதராபாதில் நடந்தது. ஹீரா கோல்ட் என்பது திட்டத்தின் பெயர். மிகப் பிரமாதமான வருமானம் தருவதாக உறுதி அளித்தார்கள். பிரமாதம் என்றால், இந்தத் திட்டத்தின் படி 50,000 ரூபாய் கட்டியவர்களுக்கு மாதம் 1500 ரூபாய் தருவார்கள். 25 ஆயிரம் கட்டியவர்களுக்கு மாதம் 800 ரூபாய் தருவார்கள். ரெண்டு லட்சம் கட்டியவர்களுக்கு ஆண்டுக்கு ஒரு லட்சம் .

ஒரு சில மாதங்களுக்கு பின் அவர்களால் அவர்கள் சொன்ன தொகையைக் கொடுக்க முடியவில்லை.

விசாரணைக்குப் பின், அரசின் கண்காணிப்பு ஆணையம் செபி (SEBI), அதை இது ஒரு பொன்சி திட்டம்தான் என்று அறிவித்தது. அதை பொருளாதார குற்றப்பிரிவுக்கு அனுப்பி வைத்தது.

ஆமாம், இப்படிப்பட்ட பொன்சி திட்டங்களை ஆரம்பத்திலேயே கண்டுபிடிக்க முடியாதா?

{ 11 }

சுலபமான பணம் - என்ற ஆபத்து

''உங்கள் நம்பர் தேர்வாகியிருக்கிறது. அதனால் உங்களுக்கு 10 மில்லியன் டாலர் பரிசு விழுந்திருகிறது. அதைப் பெற நீங்கள் செய்யவேண்டியது.........'' என்பது போல மொபைல் போனில் உங்களுக்கும் குறுஞ்செய்திகள் வந்திருக்கும். இப்போது அப்படி யெல்லாம் செய்திகள் வந்தால் அமைதியாக 'டிலீட்' செய்வீர்கள். ஆனால், சில ஆண்டுகளுக்கு முன்பு?

உண்மையிலேயே நமக்கு ஏதோ விழுந்திருக்கிறதோ என்று சின்ன சந்தேகம் வந்திருக்குமே! அப்படி வந்திருந்தால், அதன் பெயர் சந்தேகம் அல்ல, ஆசை. பேராசை இல்லைதான். ஆனாலும் ஆசைதான். வேண்டுமானால் சின்ன நப்பாசை என்று சொல்லிக்கொள்லலாம்.

இதுபோன்ற ஆசைதான், எலியைப் பொறியில் மாட்ட வைக்கும் 'மசால் வடை ஆசை'.

சேச்சே! போன் மேசேஜ் எல்லாம் பித்தலாட்டம் என்று எனக்கா தெரியாது என்று சிலர் சொல்லலாம்.

பொன்சி திட்டங்கள் ஆரம்பிக்கிறவர்களுக்கும் இது தெரியும். எல்லோரும் அதைப் போன்றவற்றில் மாட்டமாட்டார்கள் என்பதால், கொஞ்சம் யோசிப்பவர்களுக்காக அவர்கள் வெவ்வேறுவிதமான திட்டங்கள் வைத்திருக்கிறார்கள்.

முன்பு பார்த்த பெர்னி மேடாப் எப்படி செய்தார்? 'நான் பங்குச்சந்தையில், டிரைவேட்டிவ்ஸ்சில் Split-strike conversion என்ற

விதத்தில் நான் டிரேட் செய்கிறேன். அதில் எனக்கு பெரும் லாபம் கிடைக்கிறது' என்றார். 'அதனால் என்னிடம் பணம் கொடுப்பவர் களுக்கு பெரும் வருமானம் தர முடிகிறது' என்றார். மக்கள் நம்பி பணம் கொடுத்தார்கள். தொடர்ந்து. பல ஆண்டுகளுக்கு.

அவர் சொன்ன Split-strike conversion எத்தனை பேருக்குப் புரிந்திருக்கும்? பணம் போட்டவர்களில் அரை சதவிகிதம் மக்களுக்கு கூட புரிந்திருக்காது. ஆனாலும் போட்டார்கள். ஏன்?

ஆசை. அவர் கொடுத்த கூடுதல் வட்டியின் மீது ஆசை. மசால் வடையின் மீது ஆசை. எலிகள் மாட்டிக்கொண்டன. லட்சக்கணக்கான எலிகள்.

சாரா ஹவி என்ற பெண்மணி நடத்திய 'லேடீஸ் டெபாசிட் கம்பெனி' அப்படி என்ன வியாபாரம் செய்து ஆண்டுக்கு 96 % கொடுக்க முடிகிறது என்று அந்நிறுவனத்தில் பணம் போட்ட எவரும் யோசிக்கவில்லை. மாதம் 8% என்ற ஆண்டுக்கு 96% என்ற வட்டி அவர்களை யோசிக்க விடாமல் செய்திருக்கிறது.

அறிவுக்கும் ஆசைக்கும் நடக்கிற சண்டையில் சிலர் ஆசையை ஜெயிக்கவிடுவார்கள். ஆனால் பாவம், 'முதலை' இழந்து வாழ்க்கையில் தோற்றுப் போவார்கள்.

தமிழ்நாட்டில் கூட எவ்வளவோ விளம்பரங்கள் வந்திருக்கின்றன. 'தங்கம் வாங்கினால் எடைக்கு எடை வெள்ளி இனாம்!; 'முதல் தவணையை நாங்களே கட்டிவிடுகிறோம்'; 'பத்திரச் செலவு இல்லை';

இதெல்லாம் கூட பரவாயில்லை. தொழில் போட்டியினால், லாபத்தைக் குறைத்துக்கொண்டு கொஞ்சம் விட்டுக்கொடுக்கிறார்கள் என்று சொல்லலாம். ஆனால், இன்னும் அதிகமான சலுகைகள், வருமானம் தருவதாகச் சொல்லி எத்தனை திட்டங்கள் வந்திருக்கின்றன?

சந்தையில் நடப்பதைவிட யாராவது 4 சதவீதம் கூடுதலாக வருமானம் தருவதாக சொன்னால், வங்கி டெபாசிட்டை விட 4 சதவீதம் கூடுதலாக வட்டி தருவதாகச் சொன்னால் நம்பாதீர்கள். வங்கி டெபாசிட்டு களுக்கு பெரிய வங்கிகள் கொடுக்கும் வட்டி விதமான 8.25 சதவீதத்தை விட 2% தான் மிக நன்றாக நடக்கும் மிகப்பெரிய தனியார் நிறுவனங்களில் அதிகமாகக் கொடுக்க முடிகிறது எனும் போது இவர்களால் எப்படி முடியும் என்று சந்தேகப்பட வேண்டாமா?

ஒரு நிறுவனத்தால் எப்படி இவ்வளவு கூடுதல் வருமானம் தர முடியும் என்று யோசிக்க வேண்டும். இது எப்படி சாத்தியம் என்று கேள்வி கேட்க வேண்டும்.

கொஞ்ச காலம் நன்றாக நடந்துவிட்டு பின்னர் கடையை மூடிவிட்டும் ஓடும் 'பொன்சி திட்டங்களை' ஆரம்பத்திலேயே சுலபமாக இனம்

காணமுடியும். அப்படிப்பட்ட ஏமாற்றுத் திட்டங்களுக்கெல்லாம் சில பொதுவான அடையாளங்கள் உண்டு.

ஆசையை மட்டும் தள்ளிவைத்துவிட்டு, அவர்கள் சொல்வதைக் கவனித்தால் போதும்.

- சந்தையில் நடக்கும் அதே போன்ற திட்டங்களில் கொடுக்கப் படும் வருமானத்தைக் காட்டிலும் கூடுதலான வருமானம் தருவதாகச் சொல்கிறார்களா?
- அந்த வியாபாரத்தில் இருக்கக்கூடிய ரிஸ்க் பற்றி ஏதும் சொல்லாமல், எல்லாம் எப்போதும் சரியாகவே இருக்கும் என்பது போல பேசுகிறார்களா? வருமானம் நிலையான, உறுதியான வருமானம் என்று தெரிவிக்கிறார்களா?
- கவர்ச்சிகரமான வருமானம் தர ஏதுவாக, அவர்கள் செய்யும் தொழில், வியாபாரத்தில் அப்படி என்ன வேறுபாடு அல்லது சந்தர்ப்பம் இருக்கிறது என்று தெரிவிக்கிறார்களா? அப்படித் தெரிவித்தால் அது சரியான தகவல்தானா?
- அவர்கள் செய்யும் தொழில் அல்லது வியாபாரம் கண்காணிப்பு ஆணையம்- ரெகுலேட்டர்- எதன் கீழும் பதிவு செய்யப் பட்டிருக்கிறதா இல்லையா?

பொன்சி திட்டங்கள் சரி. ஏதோ 'மல்டி லெவல் மார்கெட்டிங்' என்கிறார்களே. அவையும் ஏமாற்றுத் திட்டங்கள் தானா? அதன் வழிமுறைகள் என்ன? அதில் இருக்கும் ஆபத்துகள் என்ன என்கிறீர்களா?

பிரமிட் திட்டங்கள் எனப்படும் 'மல்டி லெவல் மார்கெட்டிங்' திட்டங்களும், 'பொன்சி' போன்ற மோசடித் திட்டமேதான். மக்கள் பணத்தை மோசடி செய்யும் திட்டங்கள். ஆனால், பொன்சி திட்டங் களுக்கும் பிரமிட் திட்டங்களுக்கும் இடையே சில வேறுபாடுகள் உண்டு.

பிரமிட் திட்டங்களில் நிறுவனர் மட்டுமே சாப்பிடுவதில்லை. தொடக்கத்தில் சேருகிறவர்களையும் சாப்பிட அனுமதிப்பார்கள்.

முதலில் நீங்கள் ஒரு பணம் கட்டி திட்டத்தில் சேரவேண்டும். (உங்களை 'அ' என்று குறிப்பிடுவோம்). உங்கள் பணத்துக்கு ஒரு பொருள் அல்லது ஒரு சேவை உடனடியாக வழங்கப்படும். அது அவ்வளவு அவசியமான, கட்டுகிற பணத்துக்கு பெறுமானம் உள்ள பொருளாக இருக்காது. ஆனால், அந்தப் பொருள் தவிர, அதை வாங்குவதால் உங்களுக்கு மேலும் பல அனுகூலங்கள் தருவார்கள்.

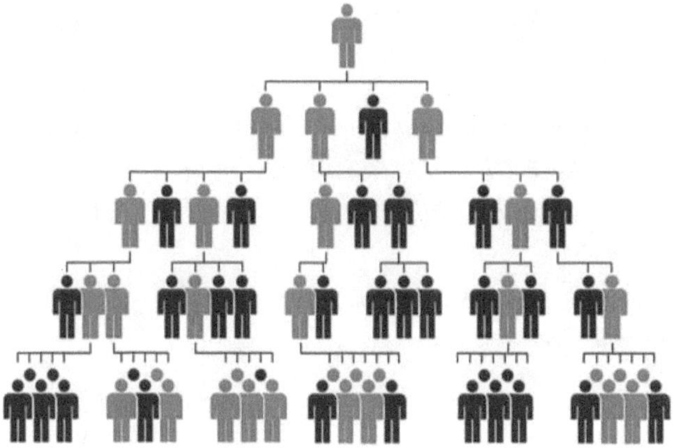

மல்டி லெவல் மார்கெட்டிங்

நீங்கள் உங்கள் மூலமாக இந்த திட்டத்தில் குறிப்பிட்ட எண்ணிக்கையிலான புதிய நபர்களை சேர்த்துவிடவேண்டும். அப்படி செய்தால், நீங்கள் சேர்த்து விடும் நபர்கள் (இவர்களை 'ஆ' என்று குறிப்பிடுவோம்).

நான்கு நபர்கள் என்றால், (ஆ1, ஆ2, ஆ3, மற்றும் ஆ4) அவர்கள் கட்டும் பணத்தில் குறிபிட்ட சதவிகிதம் (உதாரணத்துக்கு 20%) உங்களுக்கு (அ) கொடுப்பார்கள்.

அடுத்து நீங்கள் சேர்த்துவிட்ட நபர் அவருக்கு தெரிந்தவர்களை சேர்த்துவிடும் போது, (இ1, இ2, இ3 மற்றும் இ4) சேர்த்துவிடப்படும் ஒவ்வொரு நபருக்கும் 20% பணம் அவருக்கு (ஆ) வழங்கப்படும். அவருக்கு மட்டுமல்ல. அந்தப் பணத்தில் இருந்து (உதாரணத்துக்கு) உங்களுக்கும் (அ) 10% கொடுக்கப்படும்.

அடுத்து, ஈ1, ஈ2,ஈ3... அதன்பின் உ1, உ2... இப்படியே போகும்.

தொடக்கத்தில் சேர்ந்தவர்களுக்கு அவர்கள் கட்டிய பணம் வந்ததுடன், மேலும் கணிசமான அளவு பணமும் கிடைக்கும். அதனால் அவர்கள் முன்னிலும் வேகமாகப் புதிய நபர்களைச் சேர்த்து விட முயற்சி செய்வார்கள்.

இப்படியாக ஒவ்வொரு அ-வும் ஒவ்வொரு ஆ-வும் இ-வும் ஈ-வும் மட்டுமல்ல உ, ஊ, எ, ஏ, ஐ, ஒ, ஓ.... என்று இந்த சங்கிலி போய்க் கொண்டேயிருக்கும். இப்படி ஒன்றின் மேல் ஒன்றாக, அகலத்தில்

விரிந்துகொண்டே போவது ஒரு பிரமிட் போல இருக்கும். அதனால் இப்படிப்பட்ட திட்டங்களை பிரமிட் திட்டங்கள் என்று அழைக்கிறார்கள்.

ஆக, நீங்கள் முதலில் சேர்த்துவிடும் நான்கு நபர்கள் மூலம் உங்களுக்கு நீங்கள் கட்டிய முழுப்பணமும் வந்துவிடும். பின்பு அவர்கள் சேர்க்கச் சேர்க்க, ஒவ்வொரு முறையும் உங்களுக்குப் பணம் வழங்கப்பட்டுக் கொண்டே இருக்கும்.

இது போன்ற திட்டங்களில் சேரக்கூடியவர்கள் சமுதாயத்தில் ஓரளவு எண்ணிக்கையில்தான் இருக்கிறார்கள். அணுகப்படுகிற எல்லோரும் சேர்ந்துவிடமாட்டார்கள்.

குறிப்பிட்ட வட்டங்களில் அப்படிச் சேரக்கூடிய நபர்கள் தொடக்கத்தில் கிடைப்பார்கள். சேருவார்கள். போகப் போக, சேர்க்கப்படவேண்டிய நபர்கள் அதிகமாகிவிடும். ஆனால், சேரக்கூடியவர்கள் எண்ணிக்கை குறைந்துகொண்டே வரும்.

ஒரு கட்டத்தில் புதிதாகச் சேருகிறவர்களால் வேறு எவரையும் சேர்க்க முடியாது. ஆனால், அந்த நேரம் அப்படி முயற்சி செய்பவர்கள் எண்ணிக்கையோ மிகப் பெரிதாக இருக்கும்.

அவர்களால் சேர்க்க முடியாததால், அவர்களுக்கு 20% கமிஷன் கிடைக்காது. வேறு கமிஷன்களும் கிடைக்காது. அவர்கள் கட்டிய பணம் போயிற்று. அப்படி பல ஆயிரக்கணக்கானவர்களுக்கு பணம் போய்விடும். இதுதான் இந்த வகை திட்டங்களின் ஆபத்து.

சுலபமாகக் கிடைக்கும் பணம் என்று ஏதும் இல்லை. சுலபம் என்று சொன்னாலே, அதில் ஆபத்து ஒளிந்திருக்கிறது என்று பொருள்.

{ 12 }

ஆயுத்தம் செய்வது மட்டுமே வாழ்க்கை அல்ல

அப்போது சென்னையில் ஊபர், ஓலா டேக்சிகள், ஆட்டோக்கள் வந்திருக்கவில்லை. ஒரு இடத்துக்குப் போவதற்காக ஆட்டோ தேடினேன். மினுமினுக்கும் பச்சை சட்டை அணிந்து, காக்கி பேண்டுடன், கல்லூரி மாணவன் போலிருந்த ஆட்டோ ஓட்டுனர்தான் அந்த வழி வந்தார்.

ஆட்டோவே ஒரு தினுசாக இருந்தது. அப்போதுதான் பெயிண்ட் அடித்தது போன்ற பளபளப்பு. மெத்மெத்தென்று இருந்த கனமான ரெக்சின் சீட்டு. அமர்ந்ததும்தான் கவனித்தேன், கூரை வழி நல்ல வெளிச்சம். காரணம் ஆட்டோவின் டாப் அப்படி. காப்பி கலர் புது ரெக்சினில் நான்கு டிரான்ஸ்பரண்ட் ரெக்சின் கட்டங்கள். தவிர அந்தக் கூரை உள் பக்கம் ஏதோ டைல்ஸ் போட்டதுபோல கட்டங்கட்டமாய், தவிர அதில் வரையப்பட்டிருந்த நீல நிறப் பூக்கள்.

எங்கே போகவேண்டும் என்றும் வாடகையும் பேசிக்கொண்டு கிளம்பினோம். நான் சொன்ன வாடகைக்கு ஒப்புக்கொண்டார்.

நிதானமாகப் போன ஆட்டோவில் நல்ல பாட்டு சத்தம். ஓட்டுனர் தலைக்கு மேல் இடதுபக்கம் டிரான்ஸ்சிஸ்ட்டரில் இருந்துதான் ஒலித்துக் கொண்டிருந்தது.

''என்னப்பா இது உன் சொந்த ஆட்டோவா?''

''ஆமாம்''

''என்ன இவ்வளவு பிரமாதமாக இருக்கு! இதெல்லாம் செய்ய ரொம்ப செலவாகுமே!''

''ஏன் சார் அப்படிக் கேட்கிறீங்க? ''

''இல்லை... ஆட்டோன்னா அழுக்கா, பழசா இருக்கும். ஒரு நாளெல்லாம் ஓட்டினால் என்னப்பா கிடைச்சிடும்? அதுக்கு இவ்வளவு செலவு செய்து ஆட்டோ மெயிண்டெயின் செய்யுறீங்க!'

என்னைத் திரும்பிப் பார்த்தவர் முகத்தில் ஆச்சரியம். ''ஏன் சார் செலவழித்து நல்லா வச்சுக்கக்கூடாதா?'

''தாராளமா வச்சுக்கலாமப்பா. நல்லாவே இருக்கு. நான் கேட்கிறது, வர்ற வருமானத்துக்கு இதெல்லாம் கட்டுப்படியாகிறதா என்றுதான்''.

''அந்தக் கணக்குப் பார்த்தா முடியுமா சார்? நாளெல்லாம இதிலதான் சார் இருக்கேன். நான் சௌகர்யமா வாழுறதுக்கு நான் கணக்குப் பார்க்க முடியுமா சார்?'

அவ்வளவுதான். வாழ்க்கையின் ஒரு முக்கிய ரகசியத்தைப் போகிற போக்கில் சொல்லிவிட்டார்.

அந்த சின்ன வயதிலேயே வாழ்க்கை ரகசியத்தைத் தெரிந்து வைத்திருந்தார்.

இதென்ன பெரிய ரகசியமா என்று கேட்கத்தோன்றுகிறதா? அடுத்த அனுபவத்தைச் சொல்கிறேன்.

சில ஆண்டுகளுக்கு முன்பு எனக்கு ஒரு மின்னஞ்சல் வந்தது. அது வந்தது வளைகுடா நாடுகளில் ஒன்றிலிருந்து. நம் தமிழ்நாட்டில் இருந்து பல ஆண்டுகளுக்கு முன்பு வேலை தேடிச் சென்றவர் ஒருவர், என் புத்தகங்கள் படித்தவர், வாசகர் எழுதியிருந்தார். சென்னை வரும்போது சந்திக்கவேண்டும் என்றார்.

வந்தபோது சந்தித்தார். பேசினோம். மகிழ்ச்சியாகத் திரும்பிப் போனார்.

உரையாடலைச் சுருக்கமாகச் சொல்வது என்றால், இருபத்து ஐந்து ஆண்டுகளுக்கு மேலாக அங்கேயே வேலை செய்பவர். நல்ல சம்பளம். ஊரில் வீடு வாங்கியாயிற்று. சேமிப்பாக ரூபாய் அறுபது லட்சத்துக்கு மேல் இருக்கிறது. பிள்ளைகளுக்குத் திருமணம் செய்தாயிற்று.

''வேறு என்ன வேண்டும்? திரும்பி வந்துவிடலாமே'' என்றேன்.

''அதற்குத்தான் உங்கள் ஆலோசனை வேண்டும். வேலையை விட பயமாக இருக்கிறது. சேமிப்பு போதுமா என்று தெரியவில்லை''

''உங்கள் வயது என்ன''

''அறுபத்து ஐந்து''

●

அவர்களுக்கு சொல்லிக்கொடுக்கப்பட்டது மற்றும் அவர்களது சொந்த அனுபவங்கள் காரணமாக, பலருடைய மனதில் பதிந்துபோன தகவல், 'பணம் அரிதானது. பணத்தைச் சேமிக்க வேண்டும்'.

சேமிக்கவேண்டும், சேமிக்கவேண்டும் என்று சேமித்துக்கொண்டு மட்டுமே இருந்தால், அது சரியா?

சுனில் கவாஸ்கர் தெரிந்திருக்கலாம். டெண்டுல்கருக்கும் முந்தைய தலைமுறை இந்திய பேட்ஸ்மென். அப்போதுதான் உலகக்கோப்பை ஒருநாள் போட்டிகள் ஆரம்பிக்கப்பட்டிருந்தன. அப்போதெல்லாம் ஒருநாள் போட்டிகளில் ஒவ்வொரு அணியும் 60 ஓவர்கள் ஆடவேண்டும்.

அந்தக் கோப்பையின் பெயர் புருடென்ஷியல் கப். இந்தியா முதல் முறையாக கலந்துகொள்கிறது. டெஸ்ட் பந்தயங்கள் எனும் ஐந்து நாள் போட்டிகளில் கவாஸ்கர் சிறந்த பேட்ஸ்மென். இந்தியா, இங்கிலாந்து போட்டி ஜுன் 1975 அன்று நடக்கிறது.

தொடக்க ஆட்டக்காரர் ஆக களமிறங்கிய கவாஸ்கர், அவர் விக்கெட்டை பறிகொடுக்கவே இல்லை. எதிர்பக்கம் மற்ற பேட்ஸ்மென்கள் ஒவ்வொருவராக அடித்து ஆடி ஆட்டம் இழக்கிறார்கள். ஆனால், கவாஸ்கர் கடைசிவரை 'அவுட்' ஆகாமல் 'கேரிட் த பேட்' ஆக, 60 ஓவர்களும் முடிந்து இந்திய இன்னிங்ஸ் நிறைவான பின்புதான் வெளியே வந்தார்.

அன்றைய ஒருநாள் போட்டியில் அவர் எடுத்த ஓட்டங்கள் 36. சந்தித்த பந்துவீச்சுகள் 174!

விளைவு?

இந்திய அணி படுமோசமாக தோல்வி அடைந்தது. இந்திய அணியின் ஸ்கோர், 132 ஃபார் 3. அதாவது மூன்றே மூன்று விக்கெட்டுகளை மட்டுமே இழந்து 132 ஓட்டங்கள் எடுத்திருந்தது. முதலில் ஆடிய இங்கிலாந்து எடுத்திருந்த ஸ்கோர், 334.

தோல்வி சகஜம்தான். இதில் கவனிக்கவேண்டியது, இந்திய அணி விக்கெட் இழக்காமல் ஆடுகிறேன் என்று மிகப் பாதுகாப்பாக தற்காத்து ஆடி, படுதோல்வி அடைந்ததைத்தான்.

பாதுகாத்த, இழக்காத ஏழு விக்கெட்டுகளால் என்ன பயன்? அவற்றுக்கு ஆட்டத்தில், சீரிஸில், ரிக்கார்டுகளில் எந்த மதிப்பும் இல்லை. ஆனால், கவாஸ்கர் அதைத்தான் செய்தார்.

வாழ்க்கைப் போட்டியில் சேமிக்கும் பணம் கிரிக்கெட்டின் விக்கெட்டு களுக்கு இணையானது. சௌகர்யமாய், சந்தோஷமாய் வாழ்வது, கிரிக்கெட் போட்டியில் ஓட்டங்கள் எடுப்பது போல.

‘விக்கெட் போய்விடாமல் ஆடு. ஓவர்கள் இருந்து விக்கெட் இல்லா விட்டால் ஓட்டங்களும் அதனால் வெற்றியும் பறிபோகும்’ என்று சொல்லப்படுவது உண்மைதான். ஆனால் மீதமாகும் வெற்று விக்கெட்டுகளால் பலன் இல்லை. ஓட்டங்கள் எடுப்பதுதான் வெற்றியைத் தரும்.

அதேபோல, பிற்கால வாழ்க்கைக்கு பணத்தை சேமிக்க வேண்டும் தான். ஆனால், வாழ்க்கை முழுக்கவே சேமித்தால், அதனால் என்ன பயன்? பணம் பயன்படவேண்டும்.

சிந்தனையாளர் ரஸ்கின் மேசை மீது எப்போதும் வைத்திருந்த ஒரு செய்தி: ‘ டுடே’ (Today).

நாளைய தேவைகள் முக்கியம்தான். அதற்காக சேமிக்கத்தான் வேண்டும். அதே சமயம் இன்றைய தேவைகளும் முக்கியம்தானே!

வாழ்க்கை அறுபது வயதுக்கு மேல், பணி ஓய்வுக்குப் பின் வாழ வேண்டியது என்றும், அந்தக் காலகட்டம் வரை செய்யவேண்டியது, அதற்கான ஆயத்தம் மட்டுமே என்றும் சிலர் தவறாக புரிந்து கொண்டிருக்கிறார்கள்.

ஆக, பலருடைய பிரச்னை அவர்களிடம் பணம் இல்லாதது அல்ல. பணத்தைத் தேவைகளுக்குப் பயன்படுத்தக்கூடிய மனநிலை இல்லாதது தான்.

{ 13 }

பாதுகாப்புக்கு செய்யும் செலவு வீணா?

அப்போது நான் ஒரு பெரிய நிறுவனத்தில் மனித வளத்துறைத் தலைவராகப் பணியாற்றிக்கொண்டிருந்தேன். அன்று, எங்கள் நிறுவனம் ஒன்றில் ஸ்டோர்ஸ் மேனேஜர் வேலைக்கு விண்ணப்பித்து, முதல் சுற்றில் தேர்வான சிலரை, நான் இறுதிச்சுற்றில் நேர்முகம் செய்தேன்.

மூன்றாவதாக என் அறைக்குள் வந்தவர் தோற்றம், அந்த வேலைக்கு விண்ணப்பித்திருந்தவர் போலத் தெரியவில்லை. காரணம், அந்த நேரம், 2010ம் ஆண்டில், ஸ்டோர் மேனேஜருக்கு மாதம் 12,000 தான் ஊதியம் நிர்ணயித்திருந்தோம். ஆனால், அவரைப் பார்க்க, நல்ல வசதியானவாரகத் தெரிந்தார்.

நேர்முகம் முடித்தேன். அவர் நல்ல விண்ணப்பதாரர்தான். ஆனால் ஸ்டோர் தொடர்பான சில முக்கிய விவரங்கள் அவருக்குத் தெரிய வில்லை. அவரை எடுப்பதில்லை என்று முடிவு செய்தபின், அந்த விவரத்தை அவருக்குச் சொல்லிவிட்டு அவரிடம் கேட்டேன்,

''உங்களைப் பார்த்தால் அதிகம் வேலை செய்து பழக்கப்பட்டவர் போல தெரியவில்லையே! என்ன விஷயம் கொஞ்சம் சொல்லுங்களேன்.''

அதன்பின் அவர் தெரிவித்த தகவல்கள் என்னை அதிர்ச்சிக் குள்ளாக்கின.

அவர் சில மாதங்களுக்கு முன்வரை செய்துகொண்டிருந்தது வியாபாரம். தோலில் செய்த ஆடைகள் ஏற்றுமதி செய்துகொண்டிருந்தார். லெதர் ஜாக்கெட், லெதர் கிளவுஸ், லெதர் ஹேண்ட்பேக்ஸ் போல.

அவர் தயாரிப்பதில்லை. சிலரிடம் வாங்கி, அவர் பேக்கிங்கில் அப்படியே ஏற்றுமதிக்கு அனுப்பிவிடுவார்.

அந்த குறிப்பிட்ட தினம், மதிய நேரம் அவர் அவரது குடோனில் காத்துக்கொண்டிருக்கிறார். அவரைச் சுற்றிலும் கப்பல் ஏற வேண்டிய, பேக்கிங் செய்த மற்றும் பேக்கிங் செய்யவேண்டிய லெதர் பொருட்கள்.

ஏற்றிப் போகவேண்டிய கண்டெயினர் லாரி டிரைவர் போன் செய்கிறார். ''இன்னும் அரை மணிநேரத்தில் அங்கு வந்துவிடுவேன்''. இவர் தயாராகிறார்.

அப்போது லேசாக தூறல் ஆரம்பிக்கிறது. உடன் அதுவே மழையாக அதிகரிக்கிறது. இருபது நிமிடம் ஆகிவிட்டது. டிரைவரிடம் இருந்து மீண்டும் போன். ''கொஞ்சம் லேட் ஆகும். மழை அதிகமா இருக்கு''

மழை மேலும் வலுக்கிறது. சடசடவென பேரிரைச்சல். வானம் பொத்துக்கொண்டது போலக் கொட்டுகொட்டென்று கொட்டுகிறது.

சாலையில் தண்ணீர் பெருக்கெடுத்து ஓட ஆரம்பிக்கிறது. இவர் மீண்டும் டிரைவருக்கு போன் செய்ய, ''சார் பயங்கர மழை. புல் டிராபிக் ஜாம். வர லேட்டாகும்'' என்கிறார்.

குப்பை கூளங்களுடன் கூடிய சாலையில் பெருக்கெடுத்த ஓடிய அழுக்குத் தண்ணீர் இப்போது இவர் குடோனுக்குள் இறங்க ஆரம்பிக்கிறது.

அவரது குடோன் அந்தக் கட்டடத்தின் அடித்தளமான 'பேஸ்மெண்ட்' டில் இருப்பதால் பள்ளம் நோக்கி குபுகுபுவென பாய்ந்தது. எல்லாம் சாக்கடை போன்ற அழுக்குத் தண்ணீர்.

கண்டெயினரில் ஏற்றி அனுப்பத் தயாராக இருந்த, தரையில் அடுக்கி வைக்கப்பட்டிருந்த ஏற்றுமதிக்கான 'லெதர் கார்மெண்ட்ஸ்'ஸை தண்ணீர் சூழ்கிறது.

அவரும் அவரது மூன்று ஊழியர்களும் அதைத் தடுக்க அவர்களால் இயன்றதைச் செய்கிறார்கள். அடுத்து மின்சாரம் தடைபடுகிறது.

தொடர்ந்து இரண்டு நாட்களுக்கு இடைவிடாது பெய்த மழையில் பொருட்கள் மொத்தமும் நனைந்து, ஊறி எதற்கும் பயன்படாமல் போய்விட்டது.

ஒன்றரை கோடி ரூபாய்க்கு மேல் நஷ்டம். கடன்காரர்கள், சப்ளையர்கள் எல்லாம் நெருக்கினார்கள்.

இந்த இடத்தில் நான் குறுக்கிட்டேன்.

''அந்தப் பொருட்களுக்கு இன்சூரன்ஸ் எடுத்திருப்பீர்கள் அல்லவா?''

''இல்லை. சப்ளையரிடம் இருந்து குடோனுக்கு வரும். ஒரே நாளில் கண்டெயினரில் ஏற்றிவிடுவோம். அதற்கு எதற்காக வீண் செலவு என்று எடுப்பதில்லை. தவிர, இப்படி நடந்ததேயில்லை. இதே விதமாகத்தான் எல்லாம் பல ஆண்டுகளாக. நன்றாக போய்க் கொண்டிருந்தது''.

வீட்டை விற்று, முக்கால் பங்கு கடன் அடைத்தார். பின்பு அவர், அவர் மனைவி, அவர் அண்ணன், அண்ணி, எல்லோரும் வேலைக்குப் போகவேண்டிய கட்டாயம்.

அவர் சொன்னதில் இரண்டு ரகசியங்கள் இருப்பதை கவனித்தீர்களா?

முதலாவது, காப்பீட்டை 'எதற்காக வீண் செலவு?' என்ற அவரது நினைப்பிலும், இரண்டாவது ரகசியம், 'இப்படியேதான் பல ஆண்டுகளாக நன்றாகத்தான் போய்க்கொண்டிருந்தது' என்ற தவறான புரிதலிலும் இருக்கிறது.

அவர் மட்டும் அந்தப் பொருட்களுக்கு காப்பீடு செய்திருந்தால், அவர் நிலை தாழ்ந்தே இருக்காது. காப்பீட்டைச் செலவு என்றும் அதைச் செய்யாதது செலவு மிச்சம் என்றும் நினைத்ததால், பிழைப்பிலும் வாழ்விலும் விழுந்தது மண்.

இதுவும் சில ஆண்டுகளுக்கு முன்பு நடந்ததுதான். ஒருவர் ஆப்பிள் நிறுவனத்தின் 'ஐ போன்' வாங்கினார். அப்போது அதன் விலை ரூ.10,000. ஒரு மாதத்தில், அவர் காரில் இருந்து இறங்கிய போது, அவர் மடியில் இருந்த போன் தவறி, கார் பார்க்கிங் இடத்தின் சிமிண்ட் தரையில் விழ, போன் கண்ணாடி ஒரு பக்கம் உடைந்துவிட்டது.

மனிதர் 'போன் ரிப்பேர்' கடைக்கு போனார். ''சார் , இது ஆப்பிள் போன். அவர்கள் இடத்துக்குத்தான் போகவேண்டும்'' என்று சொல்ல, அங்கே போனால், இதை மாற்ற சில ஆயிரங்கள் ஆகும் என்று சொல்லியிருக்கிறார்கள். கூடவே ஒரு தகவலும் சொன்னார்கள், ''வாங்கியபோது இதற்கு இன்சூரன்ஸ் எடுத்திருந்தால், இதை இலவசமாகவே மாற்றித் தருவோம்''

இன்சூரன்ஸ் தொகை சில நூறு ரூபாய்கள்தான். ஆனால், அவர் அதைச் செய்யவில்லை.

போன் வாங்கியபோது, அந்த சில நூறுகள் செலவு அனாவசியமாகத் தெரிந்திருக்கிறது. போன் கண்ணாடி உடைந்து, சில ஆயிரங்கள் செலவு என்றதும், 'அட சில நூறுகள் தானே, காப்பீடு எடுத்திருக்கலாமே' என்று தோன்றியிருக்கிறது.

சில நூறுகள் பணத்தின் வாங்கு சக்தி அந்த இரண்டு மாதத்தில் மாறிவிடவில்லை. ஆனால், அதன் மதிப்பில் வேறுபாடு வந்துவிட்டது.

லெதர் கார்மெண்ட்ஸ் ஏற்றுமதியாளரின் வாழ்க்கையிலும், காப்பீட்டில் மீதம் செய்த சில ஆயிரங்கள் பெரும் மாற்றம் ஏற்படுத்திவிட்டன. பின்னால் என்ன உணர்ந்து என்ன! எடுக்காமல் விட்டதுவிட்டதுதான். கிடத்த தண்டனை கிடைத்ததுதான். நடந்ததை மாற்ற முடியாது.

வியாபாரத்துக்கும் போனுக்கும் மட்டுமா 'எதிர்பாராதவை' நடக்கும்? 'நடந்தாலும் நடக்கலாம்', 'எவருக்கு வேண்டுமானாலும் நடக்கலாம்' மற்றும் 'எவ்வளவு வேண்டுமானாலும் நடக்கலாம்' என்பவற்றின் பெயர்தான் 'ரிஸ்க்'.

வீடுகள், கட்டிடங்கள், வாகனங்கள், உடல் நலம், உயிர் போன்ற பலவும் 'ரிஸ்க்'குக்கு உட்பட்டவையே.

'மெடிக்கல் இன்சூரன்ஸ்', 'லைப் இன்சூரன்ஸ்' 'பிராபர்டி இன்சூரன்ஸ், 'பிரைட் இன்சூரன்ஸ்', விபத்துக் காப்பீடு எல்லாம் செய்ய வேண்டியவை. அவை வீண் செலவுகள் இல்லை.

'இப்படித்தான் இவ்வளவு காலம் ஓடியிருக்கிறது, தேவையில்லை' என்றுதான் பலரும் இவற்றைப்பற்றியெல்லாம் நினைக்கிறார்கள். அப்படித்தான் பாவம் அந்த லெதர் கார்மெண்ட்ஸ் வியாபாரியும் நினைத்தார்.

கூடுதல் பணத்ததைக் காப்பாற்றச் செய்ய வேண்டிய சின்னச் செலவு தான் காப்பீடு. அதில் மிச்சம் பிடித்தல் புத்திசாலித்தனம் இல்லை.

{ 14 }

வேண்டாம் கை வைத்தியம்

காரைக்குடி நாராயணன் என்று அவரை அழைப்போம். பெயர் அழ. நாராயணன். வள்ளல் அழகப்பர் பெயரில் பதிப்பகம் நடத்தி வந்தவர். தொடக்கத்தில் புத்தக விற்பனையாளர். பதிப்பாளராக மாற விரும்பி, எழுத்தாளர்கள் பலரிடமும் விடாமல் தொடர்ந்து கேட்டு, அவர்களது புதுப் புத்தகங்களை வாங்கி பதிப்பித்தவர். ஒவ்வொன்றாக என்னுடைய மூன்று புத்தகங்களை அவரிடம் கொடுத்தேன்.

வாழ்க்கையில் முன்னேறவேண்டும் என்ற துடிப்பில் இருந்தவர். புத்தகப்பிரியர். பலருக்கும் நல்ல புத்தகங்களைப் படிக்கக் கொடுப்பவர். காரைக்குடி, சிவகங்கைப் பக்கம் உள்ள பல்வேறு பள்ளிகள், பாலிடெக்னிக்குகள், மற்றும் கல்லூரிகளுக்குச் சென்று, முதல்வர்கள் ஆசிரியர்களைச் நேரில் சந்தித்து, புத்தகங்களை கொடுத்து, விற்பனை செய்பவர். எழுத்தாளர்கள், பேச்சாளர்களைச் சிலாகிப்பவர்.

மனைவி, கல்லூரியில் படிக்கும் மகன், ஒரு பழைய மொபெட் மற்றும் புத்தகங்கள், பள்ளி கல்லூரிகள். இவைதான் அவர் உலகம். சென்ற வாரம் தகவல் வந்தது. நாராயணன் இறந்துவிட்டார் என்று. பி.பி. யாம். அதிர்ச்சியில் உறைந்துபோனேன்.

வயது 47 தான். ''தன்னோட கஷ்டம் எதையுமே வாய்விட்டுச் சொல்ல மாட்டாரே'' என்று அவர் மனைவி போனில் கதறியது இன்னும் காதுகளில் ஒலித்துக்கொண்டேயிருக்கிறது. ரத்தக் கொதிப்பு இருந்திருக்கிறது. அவர் அதை கவனித்து மருந்து எடுத்துக்கொள்ளவில்லை என்பது மட்டுமே காரணமாகத் தெரிகிறது.

சோம்பல், அலட்சியம், கவனமின்மை, முக்கியத்துவம் கொடுக்காமை என்று அதை எப்படியும் எடுத்துக்கொள்ளலாம். ஆனால் அவர் என்ன வரவா போகிறார். இன்னொரு வாய்ப்பு கிடைக்கவா போகிறது?

சரி செய்துகொண்டிருக்கக் கூடிய ஒன்றைத் தவறவிட்டுவிட்டாரே! அவர் இல்லை என்று நம்ப மறுக்கிறது மனசு.

இது நான் 2014ம் ஆண்டு முகநூலில் செய்த ஓர் பதிவு.

அவருக்கு ரத்தக் கொதிப்பு இருக்கிறது என்பதை அவர் தெரிந்து கொண்டதே சில ஆண்டுகளுக்குப் பிறகுதான். அப்படியென்றால் அவருக்கு அது இருந்தது என்பதை எப்படி உறுதியாக சொல்ல முடியும்?

அவருக்கு வேண்டியவர்கள் சொல்லித்தான் தெரியும். தலை சுற்றுகிற மாதிரி இருக்கிறது என்று தெரிந்தவருடைய மருந்து கடையில் சொல்வாராம். அவர்கள் கொடுக்கும் மாத்திரையை போட்டுக் கொண்டு வீட்டுக்குப் போய் படுத்துவிடுவார். ஓய்வுக்குப் பின் மீண்டும் வேலை. இப்படியே பல முறை, பல மாதங்கள்.

'சாதாரண உபாதைகளுக்கு எல்லாம் டாக்டர்களிடம் போவது வீண். அதை டெஸ்ட் செய்யணும், இதை டெஸ்ட் செய்யணும் என்று காசு பிடுங்கி விடுவார்கள்' என்பது அவர் அடிக்கடி வெளிப்படுத்தும் கருத்து.

அவருடைய எண்ணங்கள் இப்படி இருந்திருக்கலாம்.

'எனக்கு உடம்புக்கு ஏதும் பிரச்னை இல்லை; வருவன சாதாரண தலை சுற்றல். அதற்கு உரிய மாத்திரை பற்றி மருந்து கடைக்காரர்களுக்கே தெரியும். அதை சாப்பிட்டால் போதும்; டாக்டரிடம் போனால் நூறு இருநூறு கன்சல்டிங்குக்கே வாங்கிவிடுவார்கள். தவிர, பெரிதாக ஏதாவது டெஸ்ட் செய்யச் சொல்லி அதற்கும் காசு ஆகும். இதற்கெல்லாம் செலவழிக்க என்னிடம் பணம் இல்லை. செலவழிப்பது வீண்'.

சம்பவ தினத்தன்றும் அவருக்கு தலைசுற்றல் இருந்திருக்கிறது. முற்பகல் நேரம் வீட்டின் உள் அறையில் படுத்துவிட்டார். அதன்பின் அவரது உறவினர்கள் இரு பெண்மணிகள் வந்திருக்கிறார்கள். அவரைத் தொந்திரவு செய்யவேண்டாம் என்று தூங்கவிட்டுவிட்டு, ஹாலிலேயே பேசிக்கொண்டிருந்திருக்கிறார்கள்.

பின்னர் வெகுநேரமாகிவிட்டதே எழுப்பலாம் என்று போய்ப் பார்த்த மனைவிக்கு பேரதிர்ச்சி. அறைக்கதவுக்கு குறுக்கே கீழே விழுந்து கிடக்கிறார், தலையைச் சுற்றிலும் ரத்தம். பேச்சு மூச்சில்லை.

தூக்கத்தில் இடையில் எழுந்தவர், அதீத ரத்தக்கொதிப்பு காரணமாக நிலை தடுமாறி வேகமாக கீழே விழுந்திருக்கிறார். அப்படி விழும்

போது, அவரது தலை நேராக கூரான மர நிலையின் மீது மோதியிருக்கிறது. நினைவின்றி கீழே விழுந்தவர் அப்படியே கிடந்திருக்கிறார். ரத்தம் போய்க்கொண்டே இருந்திருக்கிறது.

இந்த ஈடுசெய்யமுடியாத இழப்புக்கு ஒரே ஒரு காரணம்தான் இருக்கமுடியும். அது சாதாரண விஷயங்களுக்கு செலவு செய்யக் கூடாது என்கிற அவரது எண்ணம்தான்.

அவரைப் பொறுத்தவரை 'பணம் அரிதானது' 'பணம் சம்பாதிப்பது சிரமம்' 'பணத்துக்கு நிறைய முக்கியத் தேவைகள் இருக்கின்றன' 'பல விஷயங்களை கை வைத்தியத்தின் மூலமே சரி செய்துவிடலாம்'.

இந்த எண்ணங்கள்தான் அவரைக் கொன்றிருக்கின்றன.

இன்னும் சிலர் இருக்கிறார்கள். அவர்கள் மருத்துவரிடம் போவார்கள். அவருக்கு 'கன்சல்டிங்' பணம் செலவு செய்வார்கள். அவர் எழுதிக்கொடுத்த மருந்து சீட்டை 'பார்மஸி' க்கு எடுத்து போய், எழுதியிருப்பதில் பாதி அளவு மருந்துகள் போதும் என்பார்கள்.

அதாவது இவர்களாக ஒரு முடிவு செய்து, ஓரளவு போதும் என்று மருந்து சாப்பிடுவது.

மேலும் சிலர் இருக்கிறார்கள். இவர்களும் டாக்டரிடம் போவார்கள். ஒருமுறைதான். அதன்பின் போக மாட்டார்கள். பின் எப்போது அந்த சிரமம் வந்தாலும் முன்பு எழுதி வாங்கிய அதே மருந்து சீட்டை எடுத்துப் போய் இவர்களாக அதே மருந்து வாங்கி சாப்பிடுவார்கள்.

'அதே உபாதைக்கு அதே மருந்துதானே! இதற்குப் போய் ஏன் மீண்டும் டாக்டரைப் பார்த்துக்கொண்டு' என்பது இவர்கள் எண்ணம்.

சில மருத்துவர்கள் கொஞ்சம் கூடுதலான, அவ்வளவு அவசியம் இல்லாத டெஸ்டுகள் எழுதிக்கொடுக்கிறார்கள்தான். சிலருடைய 'கன்சல்டிங் பீஸ்' அதிகமாகத்தான் இருக்கின்றன.அதற்காக இப்படியெல்லாமா செய்வது?

இத்தனை வேளை, இத்தனை நாளைக்கு என்பதில் கணக்கு இருக்கிறது. அதே போல, ஒரு நேரம் இருந்த உபாதைக்கு காரணமும், அந்த நேரம் இருந்த உடல்நிலையும் வேறு சிலவும், மற்றொரு நேரம் அதே உபாதையின் அறிகுறிகள் இருக்கும் போது, இருக்கவேண்டிய அவசியமில்லை. அதனால் அதே மருந்து, அதிலும் குறிப்பாக ஆறு மாதங்களுக்குப் பிறகு வாங்கி சாப்பிடுவதால் ஆபத்துகள் வரலாம்.

இப்படியெல்லாம் செய்வதால் பிரச்னைகள் அதிகரிக்கலாம். ஆனாலும் சிலர் செய்வது ஏன்?

எதற்கு அநாவசியச் செலவு என்கிற எண்ணம்தான் இவற்றுக் கெல்லாம் அடிப்படை.

மருத்துவரிடம் சென்றிருந்தால், நாராயணன் அவருடைய ரத்தக் கொதிப்பை சாதாரண மருந்து மாத்திரைகள் மூலமே கட்டுப்பாட்டில் வைத்திருக்கலாம்; சரி செய்திருக்கலாம்.

மேலும் முப்பது நாற்பது ஆண்டுகள் வாழ்ந்திருக்கலாம், சம்பாதித் திருக்கலாம். அந்த சிலவை அநாவசியமென நினைத்திருக்கிறார்.

A stich in time, saves nine என்கிற பழமொழி, நேரத்தே செய்யும் ஒரு தையல், பின்னால் செய்யவேண்டிவரும் ஒன்பது தையல்களைத் தவிர்க்கும் என்கிறது.

வீடு, கட்டடங்களில் செய்யவேண்டிய வேலைகளை உரிய நேரத்தில் உரிய நபர்கள் வைத்துச் செய்வது, இருசக்கர வாகனங்கள், கார் வண்டிகளில் வரும் பழுதுகளுக்கு உரிய, விவரம் தெரிந்தவர்களிடம் காட்டிச் செய்யவேண்டியன செய்வது போன்றவை எல்லாம் அநாவசிய செலவுகள் இல்லை.

அவற்றில் மிச்சம் செய்ய நினைக்க வேண்டாம். போகட்டும் அவை யெல்லாம் செய்தாகவேண்டியவைதான்.

நினைப்பை சரிபார்த்துகொள்ளவேண்டும்.

{ 15 }

இளமையில் கடன்

ஸ்ரீபெரும்புதூரில் இயங்கும் ஒரு பன்னாட்டு நிறுவனத்தில் இருந்து அழைப்பு வந்தது. ''எங்கள் ஊழியர்களுக்கு ஒரு நாள் பயிற்சி கொடுக்கவேண்டும். ஆனால் இது வழக்கமான பயிற்சி போல் இல்லை. வீட்டு பட்ஜெட் பற்றிய பயிற்சி'' என்றார்கள்.

உற்பத்தித் தொழிற்சாலை ஊழியர்களுக்கு நிறுவனம் ஏற்பாடு செய்யும் வீட்டு பட்ஜெட் பற்றிய பயிற்சியா? ஆச்சரியமாக இருக்கிறதே என்று ஒப்புக்கொண்டு, ஊழியர்கள் குறித்த விவரங்கள் கேட்டேன்.

'எல்லாம் 20 முதல் 30 வயது வரையிலான தொழில்நுட்ப டிப்ளமா படித்து வேலையில் சேர்ந்திருப்பவர்கள். மாத ஊதியம் 20 ஆயிரம் முதல் 40 ஆயிரம் வரை. தவிர, 20% ஆண்டு போனஸ். மேலும் பல்வேறு ஊழியர் நலத்திட்டங்கள் மூலம் கிடைக்கும் வெகுமானங்கள்' என்று தெரிவித்தார்கள்.

'ஏழு எட்டு ஆண்டுகளாக பணி புரிபவர்கள். நல்ல ஊதியம் வாங்குபவர்கள். இளம் வயதினர். அதனால் பலருக்கும் திருமணம் ஆகியிருக்காது. செலவு குறைவு. சேமிக்க நல்ல வாய்ப்பிருப்பவர்கள்' என்று முடிவு செய்து, சேமிக்க இருக்கும் பல்வேறு வழிமுறைகள், திட்டங்கள் குறித்து தெரிவிக்கும் வகையில் ஆயத்தம் செய்துகொண்டு போனேன்.

தொடக்கத்தில் அவர்களது வரவு செலவை அவர்களே நன்கு நினைவுப்படுத்தி விவரமாக எழுத வைத்தேன்.

என் வியப்புக்கு அல்ல, அதிர்ச்சிக்கு அளவேயில்லை. காரணம், அவர்களது செலவுகளின் அளவு. ஒரு சிலரைத் தவிர பலருக்கும் அவர்கள் வாங்குகிற ஊதியம் போதவில்லை. அதனால் கடன் வேறு வாங்கியிருக்கிறார்கள். அதுதான் அதிர்ச்சியளித்த விஷயம்.

அவர்கள் செலவுகளை ஆராய்ந்தேன். பலரும் எழுதியிருந்த ஒரு மாதாந்திர செலவின் பெயர், வட்டி.

ஆக, அவர்கள் வீட்டு பட்ஜெட்டில் செலவு பகுதியில் ஒரு கணிசமான தொகை கடனுக்கான வட்டிக்குப் போகிறது. அதனால்தான் பற்றாக்குறை.

அது சரி, ஏன் இவ்வளவு வட்டி? உங்கள் கடன் எவ்வளவு என்ற கேள்விக்கு வந்த பதில்களும் வருத்தம் தருபவையாகவே இருந்தன.

அவர்களில் சிலர் கடன் வாங்கியிருந்தது, அவர்களுடன் பணி புரியும் வேறு சிலரிடம் இருந்து.

அந்த ஒரு சிலரும் அதே பயிற்சி வகுப்பில் இருந்தார்கள். கழுத்திலும் கை மணிகட்டிலும் தங்கச் சங்கிலிகளுடன், மிடுக்காக அமர்ந்திருந்தார்கள். அவர்கள் வசூலிக்கும் வட்டி இரண்டு அல்லது மூன்று அல்லது நான்கு வட்டி.

இரண்டு வட்டி என்றால் ஆண்டுக்கு 24%. மூன்று என்றால் 36%. நாலு என்பது 48%.

ஆமாம் சிலர் அவர்கள் வாங்கிய நாலு வட்டி கடனுக்கு கட்ட வேண்டிய வட்டி 100 ரூபாய்க்கு ஆண்டு ஒன்றுக்கு ரூ48.

வட்டியை கட்டத் தவறினால், வட்டிப் பணத்துக்கு வட்டி கேட்பார்கள். ஐம்பதாயிரம் ரூபாய் கடனுக்கு மூன்று வட்டி என்றால் மாதம் ரூ 1500. வட்டி மட்டும். நாலு வட்டி கடன் என்றால் ரூ 2500.

எத்தனையோ வங்கிகள் கூவிக்கூவி கடன் கொடுக்கின்றனவே. அவர்களிடம் வாங்காமல் ஏன் தனிநபர்களிடம் வாங்குகிறீர்கள் என்று கேட்டால், அவர்கள் சொல்லும் பதில், 'வங்கியில் ஏற்கனவே வாங்கியாயிற்று'.

மேலும் வாங்க முடியாதா என்று கேட்டால், ''இல்லை சிபில் ஸ்கோர் குறைந்துவிட்டது. இனி கிடைக்காது''என்கிறார்கள்.

''ஏன் சிபில் ஸ்கோர் குறைந்தது?''

''பல கிரெடிட் கார்டுகள் மற்றும் பர்சனல் லோன்கள் வாங்கி அவற்றுக்கு சரியான நேரத்தில் வட்டி கட்டவில்லை.அவை நிலுவையான காரணத்தால்..''

''அவற்றிலும் கடனா? அப்படி என்ன செலவு உங்களுக்கு?''

சிலர் சொன்ன காரணங்கள், தங்கை திருமணம் முடித்தேன். நகை வாங்கினேன். வேறு சிலர் சொன்ன காரணங்கள், வீட்டின் ஒரு பகுதியை சரி செய்தேன்.

வேறு சிலர் சொல்லியவை, ''பைக் வாங்கினேன்''.

இன்னும் சிலர் சொல்லியது, ''என் திருமணத்துக்குக் கடன் வாங்கினேன்''.

அப்படி கடன் வாங்கி திருமணத்துக்குச் செலவு செய்யவேண்டுமா? என்ன பெரிய செலவுகள் என்றபோது கிடைத்த பதில்கள் என்ன தெரியுமா?

''பிளக்ஸ் பேனர்கள் வைத்தேன்''

''திருமணத்துக்கு முந்தைய போட்டோ ஷூட் செய்தேன்''

இவற்றுக்கெல்லாம் நாற்பதாயிரம், எண்பதாயிரம் என்று செலவு செய்திருக்கிறார்கள். பெரிய திருமண மண்டபங்களுக்கு வாடகை கொடுத்திருக்கிறார்கள். பல ஆயிரங்கள் செலவு செய்து நண்பர்களுக்கு பெரிய 'பார்ட்டி' கொடுத்திருக்கிறார்கள்.

அடுத்து எவரெல்லாம் என்ன என்ன போன்கள் வைத்திருக்கிறீர்கள்? என்று கேட்டு அவற்றின் விலைகளை ஆராயந்ததில் கடனில் இருக்கும் பலர் வைத்திருக்கும் போன்களும் கணிசமான விலையுயர்ந்த போன்கள்தான்.

நல்ல நிறுவனத்தில், நல்ல வேலையில், ஓரளவு நல்ல வருமானத்துடன் இருக்கும் இளைஞர்கள் நிலைமை இப்படி இருக்க என்ன காரணம்?

அவர்களைக் காட்டிலும் நிரந்தரமில்லாத வேலையில், குறைந்த வருமானத்துடனும், குடும்பத் தேவைகள் அதிகமாகவும் இருக்கும் எத்தனையோ நபர்கள், அவர்கள் நிறுவனத்திலேயே ஒப்பந்த ஊழியர்களாக இருக்கிறார்கள். ஆனால் இவர்களில் சிலர் நிலைமை இவ்வளவு மோசம்.

இப்படியே தொடரும் பட்சம், கடன் தொல்லை காரணமாகவே அவர்கள் வேலை இழக்கும் சூழல் வரலாம். தலைமறைவு, தற்கொலை, கொலை என எத்தனையோ சம்பவங்கள் இப்படிப்பட்ட இடங்களில், இது போன்ற பணம் தொடர்பான காரணங்களுக்காக நடைபெறுவதை செய்திகள் தெரிவிக்க அறிந்திருக்கிறோம்.

அவர்களுடைய தற்போதைய நிலைமைக்கு யார் காரணம் என்று கேட்டால், பதில் சுருக்கமானது. ஒற்றை வார்த்தையிலானது.

அந்த பதில், 'அவர்களேதான்'

பணத்தைக் கையாள்வதில் செய்யக்கூடாத பலவற்றையும் வாழ்க்கையில் இவ்வளவு சீக்கிரம் செய்திருக்கிறார்கள்.

அவர்களின் தற்போதைய நிலைக்கான காரணங்கள் எவை என்று கேட்டால், ஒன்றா இரண்டா... அடுக்கிக்கொண்டே போகலாம்.

- கொடுக்கிறார்களே என்று கிரெடிட் கார்டு வாங்கியது.
- கிரெடிட் கார்டு மூலம், தேவையற்ற பொருட்களையும், இப்போது பணம் இல்லை என்கிற 'தடுப்பு' இல்லாமல் வாங்கியது.
- அப்படி வாங்கப் பழகிவிட்டது. மனைவியையும் குழந்தை களையும் பழக்கிவிட்டது.
- வட்டி மட்டும் கட்டினால் போதும் என்று கையில் பணம் இருந்த போதும், வாங்கிய கடனை திருப்பாமல் விட்டது.
- 'தேவைகளுக்கு' மேலும் கிரெடிட் கார்டுகள் மூலம் கடனில் வாங்கியது.
- வட்டி கட்டவும் மேலும் 'சுலப கடன்' பெறவும் மேலும் சில கிரெடிட் கார்டுகள் வாங்கியது.
- அவர்கள் அசலையும் வட்டியையும் திருப்ப நெருக்கடி கொடுக்க, சிபில் ஸ்கோரும் இல்லாமல் போய் அலுவலகத்தில், வீட்டருகில் இருக்கும் கடன் கொடுக்கும் தனி நபர்களிடம் அவசரத்து கூடுதல் வட்டிக்கு வாங்கியது.
- வரவுக்குத் தக்க செலவு செய்யாமல், பிளெக்ஸ், போட்டோ ஷூட், பார்டிகளில் வீண் படோடபத்துக்காக பணத்தைக் கரைத்தது.

இன்னும் சொல்லிக்கொண்டே போகலாம்.

வீடு கட்ட, பெரு வட்டிக் கடனைத் திருப்ப, மருத்துவத்துக்கு என்பது போன்ற காரணங்கள் தவிர்த்து மற்றவற்றுக்கு கடன் தவிர்ப்பதே சிறந்தது.

வாங்கினாலும் வங்கிகளில் ஆண்டுக்கு 10, 12, 15% களுக்கு உள்ளாக மட்டுமே வட்டி கட்டவேண்டும். நல்ல வேலை, நல்ல சம்பளம் என்ற எண்ணம் கொடுக்கும் அசாத்திய தைரியமே இப்படியெல்லாம் இறங்கி மாட்ட வைக்கிறது. தேவை எச்சரிக்கை.

{ 16 }

வீடு, பிளாட்: எதற்காக?

''அய்யா,

என்னை உங்களுக்கு நினைவிருக்கும் என்று நினைக்கிறேன். சில ஆண்டுகளுக்கு முன்பு நீங்கள் சென்னை புத்தககாட்சியில் பேசிய போது உங்களை சந்தித்தேன். என் பெயர் ராஜேந்திரன். ஒரு உதவி கேட்டு இந்தக் கடிதம் எழுதுகிறேன். தொந்திரவுக்கு மன்னிக்கவும்.

தாங்கள்............................''

''என் மகனுக்கு மதுரவாயலில் ஹவுசிங் பிளாட் ஒன்று உள்ளது. அதை விற்க ஏற்பாடு செய்து வருகிறோம். மூன்று பெட்ரூம் பிளாட். அண்டிவைடெட் லேண்ட், யு.டி.எஸ், 1,364 சதுர அடி. தனியே கார் பார்கிங் இருக்கிறது.

2011ம் ஆண்டு வங்கியில் கடன் பெற்று ரூபாய் 50 லட்சத்துக்கு வாங்கினோம். அதை விற்க முயற்சிசெய்துகொண்டிருக்கிறேன். 80 லட்சம் எதிர்பார்க்கிறேன். வாங்கக்கூடிய பார்டி இருந்தால் தெரிவியுங்கள். உங்கள் உதவி வேண்டும்''.

இது ஒருவர் எழுதிய கடிதம். பின் அவரே போனிலும் தொடர்பு கொண்டார். கேட்க கேட்க, விவரங்கள் சொன்னார்.

''நான் முயற்சி செய்ததில் அந்த விலை கிடைக்கமாட்டேன் என்கிறது. மிகவும் குறைத்துக்கேட்கிறார்கள். தாம்பரத்திலேயே அதைவிட குறைவான விலைக்கு கிடைப்பதாகச் சொல்கிறார்கள்''.

''2011ல் நான் வாங்கிய போது நல்ல டிமாண்ட் இருந்தது. போட்டி இருந்தது''.

''மாதா மாதம் ரூ 35,000 ஈ.எம்.ஐ. கட்டுகிறோம். வட்டியும் அசலும் இன்னும் சுமார் 20 லட்சம் பாக்கி இருக்கிறது''.

''மகனுக்கு வேறு ஊரில் வேலை கிடைத்துவிட்டதால் வாடகைக்கு விட்டிருக்கிறோம். மாத வாடகை ரூ 15,000 வருகிறது. தவிர, குடியிருப்பவர் வளாகப் பராமரிப்புக்காக, அசோசியேஷனுக்கு மாதம் ரூ 2,900 கொடுக்கவேண்டும். அதனால்தான் நாங்கள் வாடகையை குறைத்துக்கொள்ள வேண்டியிருக்கிறது''.

''இது தவிர வீட்டு வரி, தண்ணீர் வரி மற்றும் பெரிய பராமரிப்பு வேலைகளுக்கான செலவுகளும்''.

அறிமுகம் இருக்கும் பில்டர்களிடம் இது குறித்து விசாரித்தேன். அவர் வாங்கிய நேரம் FSI அதிகம் வைக்க முடியாமல் இருந்தது. ஆனால் இப்போது உயர்ந்த கட்டிடங்களில் பிளாட்டுகள் கட்ட FSI மூன்று வரை கூட அனுமதி தருகிறார்கள். அதனால்தான் இந்த நிலை என்றார்.

அவரால் என்ன விலைக்குத்தான் விற்கமுடியும் என்று கேட்டேன். 60 லட்சத்துக்கு சற்று அதிகமாகப் போகலாம். அதிர்ஷ்டமிருந்தால் 70 வரை போகும் என்றார். வாங்குபவருக்கு பத்திர செலவு வேறு.

மேலே பார்த்த கடிதம் எழுதியவர் மட்டுமல்ல. ஆலோசனை கேட்டு வரும் வேறு சிலரும் மாட்டிக்கொண்டிருப்பது இப்படி எங்கோ, ஊருக்கு வெளியே வாங்கிய அடுக்கு மாடி பிளாட்டுகளில்தான்.

இன்னொருவர் சொன்னது, ''நாவலூரில் 45 லட்சத்துக்கு 1300 சதுர அடி பிளாட் வாங்கினேன். எட்டு வருடம் ஆகிறது. முதலில் கெஸ்ட் அவுஸ் ஆக வாடகைக்கு விட்டேன். பின்னர் நான்கு இளைஞர் களுக்கு வாடகைக்கு விட்டேன். பிரிட்ஜ், வாஷிங் மிஷின், ஏசி, கட்டில் மெத்தை எல்லாம் போட்டுத் தரச்சொல்கிறார்கள். வாடகை 23 ஆயிரம்தான் வருகிறது. கட்டுப்படியாவில்லை. விற்கலாம் என்று முடிவெடுத்து நானும் நான்கு மாதங்களாக முயற்சிக்கிறேன். முப்பது நபர்களுக்கு மேல் பார்த்துவிட்டுப் போய்விட்டார்கள். ஒன்றும் ஒத்துவரவில்லை''.

இந்த நபருக்கு வயது 35 இருக்கலாம். அவரது அப்பாவே ஒரு பில்டர்தான். இவர் செய்வது வேறு ஒரு தொழில். திருமணம் ஆனதும் சென்னையில், தியாகராய நகரில், பெற்றோருடனே சில மாதங்கள் இருந்தார். அவர் மனைவி சொல்ல, அவருக்கு வேறு ஒரு தனி பிளாட் வாங்க ஆசை வந்தது.

கையில் ஒரு கோடி பணம். மேலும் 80 லட்சம் கடன் வாங்க திட்டம். அவர் வருமானத்துக்கு கொடுப்பார்கள்.

மைலாப்பூர், ராஜா அண்ணாமலைபுரம், தி நகர் என்று சென்னை சிட்டிகுள்ளாகவே தேடினார். அவர் எதிர்பார்த்த அளவில், வடிவில் கிடைத்தவை 2 கோடிக்கும் மேல்.

பின்பு சிறுசேரியில், ஒரு பில்டர்ஸ் கட்டியிருந்த பிளாட் பற்றி தெரிய வந்து, முகவருடன் போனார். 'கேட்டட் கம்யூனிட்டி' யில் பிளாட். அதில் கிளப் ஹவுஸ், நீச்சல் குளம், ஜிம், இத்யாதி இத்யாதி எல்லாம் இருந்தன.

காரில் கூட்டி போகும் போது, வழியெல்லாம் அந்த முகவர், வீடுகள், அதன் வசதிகள், சொகுசுகள் பற்றியெல்லாம் பேசிக்கொண்டே வந்தார். மனைவியையும் அழைத்துப் போயிருந்தவர் மனதில் 'அவசியம் நெரிசல் இல்லாத பகுதியில், சுத்தமான காற்றோட்டமான பகுதியில் வீடு வாங்கி அதில் வசிப்பதைத் தவிர உலகில் வேறு என்ன வேண்டும்!' என்ற எண்ணம் வலுப்பெற்றது.

காரை பார்க் செய்துவிட்டு, கண்ணாடி கதவுகள் தானே திறந்து வழிவிட, கீழ் தளத்தில் இருந்த செக்யூரிட்டியுடம் விவரம் சொல்லி, லிப்ட் ஏறி, 14 வது மாடிக்குப் போய் 2,200 சதுர அடி கொண்ட அந்த பிளாட் கதவைத் திறந்ததும் அசந்தே போனார்கள். அத்தனை அழகு, நேர்த்தி, வசதிகள்.

இழைத்து இழைத்து பார்த்துப் பார்த்து செய்தது போல, வாங்கி போட்டது போல வீடு. மனைவியின் மகிழ்ச்சிக்கு அளவேயில்லை. ஜன்னல் வழி தெரிந்த வங்கக் கடல். முகத்தில் வருடிய காற்று. மாடியில் இருந்து கீழே பார்த்தவருக்கு அங்கிருந்து நகர மனசேயில்லை. ' வாவ் மைண்ட் பாக்லிங்' என்றார்.

அன்றே அட்வான்ஸ் கொடுக்கப்பட்டு, பிளாட் அவர்களுக்கு என்று உறுதி செய்யப்பட்டது.

இந்த தகவல்களை அவர்தான் என்னிடம் சொன்னார். எப்போது தெரியுமா?

''தேவையில்லாம ஒன்றரை கோடி கொடுத்து அந்த பிளாட்டில் மாட்டிக்கொண்டுவிட்டேன். மேலும் 16 லட்சம் பதிவு செலவு வேறு. இப்போது விற்றால் வாங்கிய விலைக்குப் போகாது போல இருக்கிறது. நஷ்டப்பட மனசில்லை. அப்படியே இருக்கிறது''.

''பிடித்துதானே வாங்கினீர்கள். அங்கே குடி போய்விடவேண்டியது தானே!''

''போனோமே. போய் மூன்று மாதம் இருப்பதற்குள் போதும் போதும் என்றாகிவிட்டது. பின்னர் சில சாமான்களை மட்டும் அங்கேயே விட்டுவிட்டு மீண்டும் சிட்டிக்கே வந்துவிட்டோம்''

''அப்ப அந்த பிளாட்டில் யார் இருக்கிறார்கள்''

''நாங்கதான் வார இறுதி நாட்களுக்குப் போய்க்கொண்டிருந்தோம். இப்ப அதுவும் இல்லை. போய் இரண்டு மாசமிருக்கும். சும்மா பூட்டி வைத்திருக்கிறோம்''

''ஏன் அங்க இருக்க முடியாதா?''

''போகலாம், வரலாம். வீக் எண்ட்ஸ் இருக்கலாம். தொடர்ந்து இருக்கவெல்லாம் முடியாது''

''லோன்?''

''ஈ.எம்.ஐ. போய்கிட்டிருக்கு''.

முதலீடு செய்கிறேன் என்று கையில் இருக்கும் சேமிப்பைப் போட்டு, மேலும் வங்கியில் பெரும் கடன் வாங்கி, அதற்கு தொடர்ந்து பல ஆண்டுகளுக்கு ஈ.எம்.ஐ. கட்டுகிறவர்கள் பலர்.

கூட்டிக் கழித்துப் பார்த்தால், பிளாட்டின் உயர்கிற விலை, அதே பணத்தை வங்கியில் டெபாசிட் ஆக போட்டிருந்தால் வந்திருக்க கூடிய வட்டி அளவுக்கு கூட வராது என்பதுதான் நிலை. வேண்டாம், போதும் என்று பிளாட்டை விற்க முயற்சித்தால்தான் தெரியும் வரும், அதை வாங்க எவரும் இல்லை என்பது. ஆக பெரும் விலை குறைப்பு செய்து நஷ்டத்துக்கு விற்றுத்தான் போட்ட முதலில் ஒரு பகுதியையாவது எடுக்க முடியும்.

வாடகை வீடுகள் சிரமம்தான். வீட்டுக்காரர்கள் தயவில் இருக்கவேண்டி வரலாம். அடிக்கடி வீடு மற்றுவதும், உயர்த்தப்படும் வாடகை கொடுப்பதும் கஷ்டமேதான். அந்த விதத்தில் குடியிருக்க சொந்த வீடு, சொந்த பிளாட் என்பது வரை சரி. அவசியம் செய்யவேண்டியதுதான்.

அதை எங்கே வாங்குவது என்பது மிக முக்கியமானது.

முதலீடாக, விலைகள் ஏறும் என்ற எதிர்பார்ப்பில் வீடுகளில் அதிலும் குறிப்பாக, பிளாட்டுகளில், இன்னும் குறிப்பாக ஊருக்கு வெளியில் எங்கோ தொலை தூரத்தில் பிளாட்டுகள் வாங்கியவர்கள் பலர் நிலை சொல்லிக்கொள்கிற மாதிரி இல்லை.

எந்த முதலீட்டுக்கும் மூன்று முக்கிய அம்சங்கள் பார்க்கவேண்டும்.

முதலாவது, போட்ட பணம் பத்திரமாக இருக்குமா? இதுதான் 'சேப்டி'

இரண்டாவது, போட்ட பணத்தை , வேண்டும் என்றால் திரும்ப எடுக்க முடியுமா? இதன் பெயர் 'லிக்விடிட்டி'

மூன்றாவது, போடுகிற பணத்துக்கு என்ன வருமானம் கிடைக்கும்? இதை, 'ரிட்டர்ன் ஆன் இன்வெஸ்ட்மெண்ட்' (ROI) என்பார்கள்

வீடு, பிளாட்களில் அநேகமாக முதல் அம்சம், ஓக்கேதான். அடி இடம் (தரை) சொந்தமில்லாதவர்களிடம் வாங்கி மாட்டிக்கொண்டு விடுகிறவர்களும் உண்டு.

மேலே பார்த்த உண்மை நிகழ்வுகள் எதிலும், அடுத்த இரண்டு அம்சங்களான, 'லிக்விடிட்டி' யும், முதலீடுக்கு ஏற்ற வருமானமும் இல்லை.

வாங்கும் இடம், வாங்கும் நேரம் (பீரியட்) வாங்கும் விலைகள் பொறுத்துதான் அமையும். வாங்கும் விலையை பொறுத்துதான் 'ரிட்டர்ன் ஆன் இன்வெஸ்ட்மெண்ட்' கிடைக்கும்.

மொத்தத்தில் நினைவில் வைத்துக்கொள்ளவேண்டியவை என்றால்,

1. முதல் வீடு, குடியிருக்க என்பது சரி. குடிருக்க, சென்று வர ஒத்துவரும் இடமாகப் பார்த்து, இடம் தொடர்பான பத்திரங்களை வழக்குரைஞர்களிடம் காட்டி, 'லீகல் ஒப்பினியன்' பெற்று, அதன் பின் திருப்தியாக இருந்தால் மட்டுமே வாங்குங்கள்.

2. வாங்கும் வீடு, பிளாட் நீங்களே குடியிருப்பதற்கு அல்ல. விலை ஏறி, முதலீடு பெருக என்றால் கொஞ்சம் யோசியுங்கள்.

3. உணர்வுகளுக்கு இடம் கொடுத்து சிக்கிக்கொள்ளாதீர்கள்.

{ 17 }

பணம் சார்ந்த இலக்குகளின் முக்கியத்துவம்

*1979*ம் ஆண்டு, அமெரிக்காவில் இருக்கும் ஹார்வர்டு பல்கலைக் கழகத்தில் முதலாண்டு எம்.பி.ஏ. படிக்கச் சேர்த்த மாணவர்களிடம் பாடத்திட்டங்களை நடத்தத் துவங்கும் முன் எல்லா மாணவ மாணவியரிடமும் மூன்று கேள்விகள் கேட்டார்கள்.

1. நீங்கள் ஏதேனும் இலக்கு நிர்ணயித்து இருக்கிறீர்களா?
2. அந்த இலக்கு உங்கள் மனதில் இருக்கிறதா, அல்லது அதை எழுதி வைத்திருக்கிறீர்களா?
3. அதை எப்படி அடைவது என்பது குறித்து திட்டம் போட்டு வைத்திருக்கிறீர்களா?

அவர்கள் கூறிய பதில்களை ஆராய்ந்ததில் தெரிய வந்த விஷயம்:

மொத்த மாணவர்களில் 84% நபர்களுக்கு எந்தக் குறிப்பான இலக்கும் இல்லை.

13 சதவிகிதத்தினரிடம் இலக்கு இருந்தது. ஆனால் அது தாளில் எழுதப்பட்டதாக இல்லை.

3 சதவிகித மாணவர் மட்டும் தெளிவான இலக்குகள் மற்றும் அவற்றை அடைய உதவிடும் திட்டங்களை எழுதி வைத்திருந்தார்கள்.

உலகின் சிறந்த பல்கலைக்கழகங்களுள் ஒன்றான ஹார்வேர்ட் பல்கலையில், படிக்க சீட் கிடைப்பது மிக அரிதான எம்.பி.ஏ. சீட் பெற்று சேர்ந்திருந்த மாணவர்களே இப்படித்தான் இருந்திருக் கிறார்கள் என்று தெரிவிப்பதற்காக இதைக் குறிப்பிடவில்லை.

விஷயம் இதற்கு மேல்தான் இருக்கிறது.

1979-ல் சேர்ந்தவர்கள் படிப்பு முடித்து பல்கலையை விட்டு வெளியேறிவிட்டார்கள். சிலர் மிக நல்ல வேலைகளில் சேர்ந்தார்கள், வேறு சிலர் தொழில் வியாபாரம் தொடங்கினார்கள். என்னென்னவோ செய்தார்கள்.

1989-ல், அதாவது அவர்கள் படிக்கச் சேர்ந்து, இலக்கு குறித்த கேள்விகளுக்குப் பதில் சொல்லி 10 ஆண்டுகள் கழித்து அவர்கள் அனைவரையும் தொடர்புகொண்டு ஒரு கேள்வி கேட்டார்கள்.

''உங்கள் ஆண்டு வருமானம் என்ன?''

வந்த பதில்களை பகுத்துப் பார்த்தார்கள். சிலர் மிக மிக அதிகமாக சம்பாதித்துக்கொண்டிருக்க, வேறு சிலர் நல்ல வருமானம் என்றாலும் ஓரளவு என்று சொல்கிற மாதிரிதான் இருந்தது.

அடுத்து, அவர்கள் இப்போது சொன்ன தொகைகளையும் அதே நபர்கள் முன்னர் இலக்குகள் குறித்து சொன்ன பதில்களையும் ஒப்பிட்டுப் பார்த்தார்கள்.

அவர்களுக்கு மிகப் பெரிய ஆச்சர்யம் காத்திருந்தது.

இலக்கு ஏதும் இல்லாமல் இருந்த 84% சதவிகிதத்தினரைக் காட்டிலும் மனதில் இலக்குடன் இருந்த 13 சதவிகிதத்தினர் இரண்டு மடங்கு சம்பாதித்துக்கொண்டிருந்தார்கள்.

ஆம். இலக்கு வைத்திருந்தவர்களுக்கும் இலக்கு வைக்காதவர் களுக்கும் இடையே 200% வேறுபாடு.

அடுத்து இலக்கை எழுதி வைத்திருந்து, அதை அடைய திட்டமும் யோசித்து எழுதி வைத்திருந்தவர்கள் சம்பாதித்துக்கொண்டிருந்த தொகையைக் கணக்கிட்டால், அது கொடுத்தது, பேரதிர்ச்சி.

அப்படி எழுதி வைத்திருந்தவர்கள் வெறும் 3% தானே. அவர்கள் மட்டும் சம்பாதித்துக்கொண்டிருந்த தொகை, மீதம் 97% நபர்களும் சம்பாதித்துக்கொண்டிருந்ததை விட 10 மடங்கு அதிகம்!

97 பேரின் மொத்த வருமானம் ஒரு கோடி டாலர் என்றால், இந்த 3 பேரின் வருமானம் மட்டும் 10 கோடி என்பது போல.

இதுதான் தெளிவாக எழுதி வைத்துக்கொள்ளப்படும் இலக்கின் மகிமை.

அது சரி. நீங்கள் இலக்கு வைத்திருக்கிறீர்களா?

அதை எழுதி வைத்திருக்கிறீர்களா?

அதை அடையும் திட்டம் பேப்பரில் இருக்கிறதா?

வருமானத்தை அதிகரிக்க வேண்டும், செலவைக் கட்டுப்படுத்தி சேமிக்க வேண்டும், பெரியாளாகவேண்டும் என்கிற ஆசை இல்லாதவர்கள் குறைவு.

ஆனால் ஆசைகள் மட்டும் போதாது.

உங்கள் ஆசையை இலக்காக ஆக்குவது எப்படி? இது ஒரு முக்கியமான வேலை. நேரமெடுக்கும். ஆனாலும் எளிமையாகச் சொல்கிறேன்.

முதலில் அவற்றை பட்டியல் இடுங்கள்.

ஒரு நாற்பது பக்க நோட் புக் வாங்குங்கள். அதில் ஐந்து பக்கங்கள் தள்ளி ஆறாவது பக்கத்தில் உங்கள் விருப்பங்கள் அனைத்தையும் ஒன்றின் கீழ் ஒன்றாக எழுதுங்கள்.

- வீடு கட்ட வேண்டும் அல்லது பிளாட் வாங்க வேண்டும்.
- பிள்ளையை நல்ல பள்ளி/ கல்லூரியில் சேர்க்கவேண்டும்.
- திருமணம் செய்யவேண்டும்.
- கடனை அடைக்கவேண்டும்.
- வெளிநாட்டு சுற்றுலா போகவேண்டும், தீர்த்த யாத்திரை போகவேண்டும்.
- மேல் படிப்பு படிக்க வேண்டும்.

-என்று அது எதுவாகவும் இருக்கட்டும். ஆனால் அவை பணம் தேவைப்படுபவையாக இருக்கவேண்டும்.

பின்பு பட்டியலில் இருப்பதில் முக்கியமானதை டிக் மார்க் போட்டு தேர்வு செய்யுங்கள். அது ஒன்றாகவோ சிலவாகவோ, ஏன் பலவாகவோ கூட இருக்கட்டும். ஆனால், உங்களுக்கு முக்கியமானதாக, அவசியம் நீங்கள் அடைய நினைப்பதாக இருப்பவற்றை மட்டும் டிக் மார்க் செய்து, பின் அவற்றை மட்டும் அடுத்த பக்கத்தில் எழுதுங்கள்.

அடுத்து ஒவ்வொரு விருப்பமாக எடுத்து அவற்றை இலக்குகளின் இலக்கணப்படி விவரமாக மீண்டும் மற்றொரு பக்கத்தில் எழுதுங்கள்.

அதென்ன இலக்கின் இலக்கணம் என்று கேட்கிறீர்களா?

ஒரு வலுவான இலக்கு என்றால் அதற்கு ஐந்து அம்சங்கள் இருக்க வேண்டும்.

1. குறிப்பானதாக
2. அளக்கக்கூடியதாக
3. சாத்தியமானதாக
4. தொடர்புடையதாக
5. கால (நேர) அளவு உள்ளதாக

எழுதப்பட்டிருக்க வேண்டும். ஆங்கிலத்தில் இவற்றைச் சொல்வதென்றால் Specific, Measurable, Attainable, Related and Time bound என பட்டியலிடலாம்.

இலக்கின் இலக்கணத்தை நினைவு வைத்துக்கொள்ள அந்த ஆங்கில சொற்களின் முதல் எழுத்துகளை மட்டும் எடுத்துச் சேர்த்தால், வேறு ஒரு அர்த்தமுள்ள ஒரு சொல் வரும். அது, S M A R T என்பதாகும்.

ஒரு இலக்கு என்றால் அது 'ஸ்மார்ட்' ஆக இருக்கும் படி சிந்தித்து எழுதிக்கொள்ளவேண்டும்.

ஒரு விருப்பத்தை மட்டும் எடுத்துக்காட்டுக்காக 'ஸ்மார்ட்' ஆக உருவாக்கிப் பார்ப்போம்.

விருப்பம்: சொந்த பிளாட் வாங்கவேண்டும்.

இது குறிப்பானதா?

குடியிருக்க ஓர் இடம் என்பதைவிட பிளாட் என்பது குறிப்பானது தான். ஆனால் எந்த ஊரில், எந்த இடத்தில், எவ்வளவு சதுர அடியில் என்ற தகவல்கள் இல்லையே!

'தென்சென்னையில், ஒரு மெட்ரோ ரயில்வே ஸ்டேஷன் அருகில், அறுநூறு சதுர அடியில் இரண்டுபெட்ரூம் பிளாட், கார் பார்க்குடன் ஒரு புதிய பிளாட்' என்பது குறிப்பானதாக இருக்கிறதா?

சரி. அடுத்து, அளக்கக்கூடியதா?

ஆம், இரண்டாவதாக எழுதியது அளக்கக்கூடியதுதான். இலக்கை அடைந்திருக்கிறோமா என்று சரி பார்க்கவேண்டுமென்றால், இலக்கில் இருப்பதுபோல வாங்கிவிட்டோமா என்று சரி பார்க்கலாமே. அதுதான் 'மெஷரபிள்' என்ற 'அளக்க கூடியதாக' இருப்பதன் அர்த்தம்.

அடுத்தது, அடையக்கூடியதுதானா என்ற Is it attainable?

இப்படிப்பட்ட இலக்கை எடுத்துக்கொண்டவரின் வருமானம், அவருக்கு இருக்கும் கடன்கள், செலவுகள் போன்றவற்றைப் பொறுத்து, இது அடையக்கூடியதாக இருக்கலாம். அவர் மாத வருமானமே 10,000 தான் என்றால், இப்படி ஒரு பிளாட் வாங்க அவருக்கு 80 லட்ச ரூபாய் தேவைப்படுகிறதென்றால் அவருக்கு அது அடைக்கூடியதாக இல்லாமல் போகலாம். அதனால் எடுத்துகொள்கிற இலக்கு இழுத்துப் பிடித்தாவது சாத்தியப்படக்கூடியதாக இருக்க வேண்டும்.

நான்காவதாக, தொடர்புடையதில்தான் இலக்கு இருக்க வேண்டும். குடியிருக்க வீடு என்பது தொடர்புடையதுதான்.

ஐந்தாவதாக, கால அளவுள்ளதாக 'டைம் பவுண்ட்' ஆக இருக்க வேண்டும்.

எப்போதைக்குள் வாங்கவேண்டும் என்று முடிவு செய்து எழுதிக் கொள்ளாவிட்டால், அந்த இலக்கை அடைய உந்துதல் இருக்காது.

இதையே அவர் இன்னும் மூன்று ஆண்டுகளுக்குள் அல்லது ஐந்து ஆண்டுகளுக்குள் என்பதுபோல ஒரு கால அளவு நிர்ணயித்துக் கொண்டால், சேமிக்க, செலவுகள் தவிர்க்க ஒரு வேகம் வரும்.

{ 18 }

எதையும் பிளான் பண்ணிச் செய்யணும்

சமீபத்தில் புகழ்பெற்ற பொதுத்துறை நிறுவனத்தில், அடுத்த ஓர் ஆண்டில் பணி ஓய்வு பெறவிருக்கும் ஊழியர்களுக்கான, 'பிளானிங் ஃபார் ரிட்டயர்மெண்ட்' என்ற பயிற்சி அளிக்கச் சென்றிருந்தேன்.

அறுபது வயதில் பணி ஓய்வு. அதற்குப்பின் வாழ்க்கை வேறுவிதமாக இருக்கும். அந்த 'வேறுவிதம்' எப்படியெல்லாம் இருக்கக்கூடும், அதற்கு நம்மை எவ்வாறெல்லாம் தயார் செய்துகொள்வது போன்றவற்றைத் தெரிவிப்பதற்கான பயிற்சி வகுப்பு அது.

அது, இரண்டுநாள் நடக்கும் பயிற்சி மட்டுமல்ல; இருவருக்கும் சேர்த்து நடத்தப்படும் பயிற்சி. இருவருக்கும் என்றால், கணவன், மனைவி ஆகிய இருவருக்கும். ஆம், ஊழியருக்கு மட்டுமில்லாமல் அவரது வாழ்க்கைத் துணைவருக்கும் சேர்த்து வழங்கப்படும் பயிற்சி.

இப்படி பயிற்சி கொடுக்கவேண்டும் என்று நினைத்த நிறுவனத்தின் நிர்வாகத்தைப் பாராட்டவேண்டும் அல்லவா?

வேலைக் காலம் முடிந்த பின்னரும் தங்கள் ஊழியர்கள் நன்றாக வாழ வேண்டும் என்ற அவர்களது நினைப்புக்காக; பணம் மட்டு மில்லாமல், மனம் தொடர்பான விஷயங்களையும் எடுத்துச் சொல்லி, ஆயத்தப்படுத்த வேண்டும் என்று சிந்தித்து அதன் பொருட்டு இரண்டு முழுநாட்களுக்கான பயிற்சியாக ஏற்பாடு செய்ததற்காக; ஊழியரின் நலனுக்காக இரண்டு வேலை நாட்களின் உற்பத்தியை விட்டுக் கொடுப்பதற்காக; மனைவியையும் அழைத்து வரட்டும் என்று

சொல்லி அவர்களுக்கும் சேர்த்து ஹோட்டல் போன்ற செலவுகளைச் செய்வதற்காக என்று பலவற்றுக்காகவும் அந்நிறுவனத்தின் மேலாளர்களை நிச்சயம் பாராட்டவேண்டும்.

ஒருவர் பணிக்காலம் முடியும் போது, அதாவது அவரது 60 வது வயதில், தன் பெரும்பாலான குடும்ப பொறுப்புகளை நிறைவேற்றி யிருப்பார். குடியிருக்க சொந்த வீடு வாங்கி/கட்டி, பிள்ளைகளைப் படிக்க வைத்து, அவர்கள் வேலைகளுக்குப் போய், அவர்களுக்கு திருமணமும் செய்து வைத்து என்று முக்கிய பொறுப்புகள் பலவும் முடிந்த நிலையில், கையில் சேமநல நிதி, பணிக்கொடை எனப்படும் கிராஜிவிட்டி தொகை என வாழ்நாளில் சேர்த்த பணத்துடன் இருப்பார்.

கலந்துகொண்ட பலரும் அப்படிப்பட்ட நிலைகளில்தான் இருந்தார்கள். சொந்த சேமிப்புகளும் நிறுவனம் கொடுக்கும் இறுதிப் பட்டு வாடாக்களும் சேர்ந்து கோடிகளில் ரொக்கமாகவே பணம் வைத்திருக்கப் போகிறவர்கள் அவர்கள்.

அவர்களின் பொருளதார நிலை 'மோசம்', 'சுமார்', 'பரவாயில்லை', 'நன்று' மற்றும் 'மிக நன்று' என்ற ஐந்து மதிப்பீடுகளில் எது என்று கேட்டால் பலரும் கடைசி இரண்டில் வருகிறவர்கள்.

காரணம், ஓர் மாபெரும் நிறுவனத்தில் 35 முதல் 40 ஆண்டுகள் வரை தொடர்ந்து பணி செய்தவர்கள். பணிக்காலத்தில் தொடர் சம்பள உயர்வு, சேமநல நிதியில் இடைவிடாது சேமிப்பு, அந்தப் பணம் தவிர விருப்பமாகவும் 'வாலண்ட்ரி பி.எப்' (VPF) மூலம் சேமித்து ஒவ்வொரு ஆண்டும் வரியில்லா வட்டியைப் பெற்று அதையும் சேமித்தவர்கள்.

நிறுவனம் தரும் சேமித்து வைத்த விடுப்புகளுக்கு பணம் - லீவ் என்கேஷ்மெண்ட்; தற்போது உச்சவரம்பு உயர்த்தப்பட்டிருக்கும் கிராஜிவிடி பணம் 20 லட்சம்; சேம நல நிதியில் இருந்து வரவிருக்கும் மாதாந்திர பென்ஷன்; மேலும், நிறுவனம் தரவிருக்கும் மாதாந்திர பென்ஷன்; வாழ்நாள் வரையிலான மருத்துவ காப்பீடு திட்டம்.

ஆக, நல்ல நிறுவனத்தில் சேர்ந்து ஒழுங்காகப் பணிபுரிந்து, சேமநலநிதியில் இருந்து அவ்வப்போது பணம் எடுக்காமல் விட்டுவைத்திருந்தால் போதும். பணி ஓய்வு காலத்துக்கு அவர்களே பல்வேறு திட்டங்கள் வைத்திருக்கிறார்கள்.

அப்படிப்பட்ட ஒரு நவரத்னா நிறுவனம் அது.

மத்திய மாநில அரசுகள், அரசு பள்ளி கல்லூரி, பல்கலை கழகங்களில் வேலை செய்கிறவர்களுக்கும், மிக நல்ல தனியார் நிறுவனங்கள், அமைப்புகளில் பணி செய்து ஓய்வு பெறுகிறவர்களுக்கும் அதே போன்ற தொகைகள், திட்டங்கள் கிடைக்கலாம்.

ஆனால், பெரும்பாலோனோருக்கு?

பணி ஓய்வுவரை ஒரே நிறுவனம் அல்லது 60 வயது வரை ஊதியம் உயர்ந்துகொண்டே போகும் வேலை என்பதெல்லாம் எல்லோருக்கும் கிடைப்பதில்லை.

தவிர, நம் நாட்டில் முறைப்படுத்தபடாத மற்றும் அமைப்புசாரா தொழிலாளர்கள்தான் அதிகம். மேலும் சொந்த வியாபாரம், தொழில் செய்பவர்கள். இதில் விவசாயிகளைச் சேர்க்கவில்லை.

சிறப்பான திட்டங்கள் வைத்திருக்கும் நிறுவனத்திலேயே, பணி ஓய்வு பெற இருக்கிறவர்களுக்கு அவர்களது வாழ்க்கையின் 'இரண்டாவது இன்னிங்ஸ்' என்ற ஓய்வு கால வாழ்க்கைக்கான திட்டமிடல் தேவைப்படுகிறது என்றால் மற்றவர்களுக்கு?

அதிலும் வாழ்க்கை ஆட்டத்தின் தொடக்க நிலையில், இடை நிலைகளில் இருப்பவர்களுக்கு?

எதைச் சரியாக செய்யவும் நிறைய திட்டமிடல் தேவை. அதிலும் குறிப்பாக பணம் தொடர்பானவற்றுக்கு என்றால் 'திட்டமிடல்' என்பது மிகவும் அவசியம்.

சிலருக்கு இந்த திட்டமிடல், 'பிளானிங்' என்ற சொல்லைக் கேட்டால், 'அது தெரிந்ததுதானே. அது அவசியம்தான், அதை செய்து கொண்டுதானே இருக்கிறேன். இதைப்பற்றித் தனியே சொல்ல என்ன இருக்கிறது!' என்றெல்லாம் தோன்றும்.

இவ்வாறெல்லாம் தோன்றுவதால் அவர்கள் திட்டம் போட்டு வாழ்ந்துகொண்டிருக்கிறார்கள் என்று பொருள் இல்லை.

திட்டமிடலின் முக்கிய கூறு, வருங்காலத்தின் தேவையை இப்போதே சரியாக யோசிக்க, பார்க்க முடிவது.

ஆங்கிலத்தில் Foreseeing என்பார்கள்.

கிரிக்கெட் போட்டிகளில் தோணி போன்ற தலைசிறந்த அணித் தலைவர்கள் அந்த ஆறு மணி நேர விளையாட்டில் வெற்றி பெற எப்படி திட்டமிடுகிறார்கள், எப்படி 'ஃபோர் சீ' செய்கிறார்கள் என்று தெரியுமா?

ஒருநாள் போட்டிகளில் கடைசி ஓவர் என்பது இரு அணியினருக்குமே மிக முக்கியமானது. பேட்டிங் செய்யும் அணி, எப்படியாவது அடித்து, மிக அதிக ஓட்டங்களை எடுக்கப் பார்ப்பார்கள். அந்த நேரம் அவர்கள் துணிச்சல் அதிகமாக இருக்கும். நிறைய ரிஸ்க் எடுப்பார்கள்.

விக்கெட்டுகள் போவதைப் பற்றி கவலைப்படமாட்டார்கள். மட்டையைக் கண்டபடி வீசுவார்கள். எவ்வளவோ பார்த்திருக்கிறோம்.

அந்த நேரம், பீல்டிங் அணியின் கேப்டன் தன் அணியில் எவர் பந்து வீசினால் பேட்ஸ்மேன்களைக் கட்டுப்படுத்த முடியும் என்பதைப் பற்றி யோசிப்பாரா இல்லையா?

எப்போது யோசிப்பார்? அவர்கள் அடிக்க ஆரம்பித்த பின்பா?

அப்படி அந்த நேரம் யோசித்தால்- அல்லது பதற்றப்பட்டால்- அதன் பெயர் திட்டமிடலா?

ஒரு ஆட்டக்காரர் அதிகபட்சம் இத்தனை ஓவர்கள்தான் வீசலாம், ஒருவர் ஒரு ஓவர் வீசிமுடிந்ததும், அடுத்து வேறு ஒருவர் வீசிய பிறகுதான் மீண்டும் வீசலாம். 'ஆல்டர்னேட் ஓவர்கள்'தான் வீசமுடியும்.

அந்தவிதத்தில் ஒரு முக்கிய பந்துவீச்சாளர் வசம் மூன்று ஓவர்கள் மிச்சம் இருந்து அந்த ஓவர்களை அவர் வீசியே ஆகவேண்டும்; அவரே 50 வது ஓவரும் வீச வேண்டும் என்றால் அவரை 47 வது 49வது போன்ற ஓவர்கள் வீசப் பயன்படுத்தக்கூடாது. அதை மனதில் வைத்து அணித் தலைவர் பந்து வீச வேண்டியவரைத் தேர்வு செய்ய வேண்டும்.

அணியின் மிகச் சிறந்த, அதாவது மிகக் குறைவான ஓட்டங்கள் கொடுப்பவராகவும், விக்கெட்டுகள் எடுப்பவராகவும் இருக்கும் ஒருவரை ஆட்டத்தின் எந்தெந்த நேரங்களில் பயன்படுத்த வேண்டிவரும் என்பது போன்றவற்றை எல்லாம் முன்கூட்டியே யோசித்திருந்தால், அது திட்டமிடல், பிளானிங்.

அதே போல தன் அணியில் பேட்டிங் செய்யவேண்டியவர்களின் வரிசை, பீல்டிங்கில் நிற்கவேண்டிய இடங்கள், 'டைம் ஆப்' எடுக்க வேண்டிய நேரங்கள் என்று பலவற்றையும் முன்கூட்டியேயும், ஆட்டத்தின் போதும் அணித்தலைவர் தொடர்ந்து திட்டமிட வேண்டும்.

தோணி விக்கெட் கீப்பரும் கூட. எனவே, அவர் தன் கைகளில் க்ளவுஸ் எப்போது இருக்கவேண்டும். எப்போது பந்தை வேகமாக எறிவதற்காகக் கழற்றிவைத்துக்கொள்ளவேண்டும் என்பதையும் திட்டமிட்டுக்கொள்வார்.

ஆறு மணி நேர கிரிக்கெட் விளையாட்டிலேயே இப்படியெல்லாம் செய்தால் பெரும் பலனும், செய்யாவிட்டால் நஷ்டமும் ஏற்படுகிற தென்றால், அறுபது, எழுபது, எண்பது தொண்ணூறு வயது வரையிலான வாழ்க்கைக்கு?

{ 19 }

யாருக்கு எவ்வளவு மார்க்?

''நான் ஒன்றும் பெரிய செலவாளி அல்ல. பொறுப்பானவன்தான். என் குடும்பத்தின் வருங்காலத்துக்காக அவ்வப்போது என்னால் முடிந்ததைச் சேமித்துக்கொண்டுதான் இருக்கிறேன்''.

''அப்படியா. சரி''.

''பண விஷயத்தில் எனக்கு என்ன மதிப்பெண்கள் கொடுப்பீர்கள்?'

''என்னவெல்லாம் சேர்த்து வைத்திருக்கிறீர்கள்? சொல்லுங்கள்''.

''வங்கி கணக்குகளில் பணம் வைத்திருக்கிறேன். சுமார் ஒரு லட்சம் இருக்கலாம். மேலும் சில இன்சூரன்ஸ் பாலிசிகள் போட்டிருக்கிறேன். அவ்வப்போது வாங்கிய தங்கமும் நகைகளாகவும் அரைப் பவுன் ஒரு பவுன் தங்க காசுகளாகவும் இருகிறது. இவை தவிர, கொஞ்சம் மியூட்சுவல் ஃபண்டிலும் போட்டிருக்கிறேன்''.

''வீடு?''

''பேங்க் லோன் போட்டு ஒரு பிளாட் வாங்கியிருக்கிறேன். ஐந்து வருடம் ஓடி விட்டது. இன்னும் 15 ஆண்டுகள் கட்டணும். ஈ.எம்.ஐ. ஒன்றும் அவ்வளவு பெரிய தொகை அல்ல. ''

''வண்டி?''

''இருக்கிறது. புல்லட். வெகிக்கிள் லோன் முடியப்போகிறது''.

''வேறு?''

''இது வரை சொன்னதற்கு என்ன மதிப்பெண்கள்? அதைச் சொல்லுங்கள்''.

''அதற்கு முன் சில கேள்விகள். இதையெல்லாம் செய்வது நல்லதுதான். இன்னும் எவ்வளவு தங்கம் வாங்கப்போகிறீர்கள்? பரஸ்பர நிதியில் இருக்கும் பணத்தை எப்போது எடுக்கப்போகிறீர்கள்? ஏன் லட்ச ரூபாய் பணத்தை ரொக்கமாகவே வைத்திருக்கிறீர்கள்? ''

''இதற்கான பதில்கள் உங்களிடம் தயாராக இருக்கிறதா? ஏற்கனவே யோசித்து வைத்திருக்கிறீர்களா?''

''இல்லை''.

''அப்படியென்றால் உங்களுக்கு 40 மதிப்பெண்கள் கொடுப்பேன்''.

''என்ன வெறும் நாற்பதுதானா? என்னிடம் தங்கம் மட்டுமே 20 பவுன் இருக்கிறது. மியூட்சுவல் ஃபண்டில் ஒன்று, ஒன்றரை லட்சம் ரூபாய் சார்''.

''இருக்கட்டும். ஆனாலும் மதிப்பெண் 40 தான். காரணம், அங்கும் இங்குமாய் எந்தத் திட்டமும் இல்லாமல், பிட்ஸ் அண்ட் பீசஸ் என்பார்களே அப்படி துண்டு துண்டாய் சேர்த்து வைத்திருக்கிறீர்கள்''.

இது எப்படி என்றால் கிடைக்கிற நல்ல பேருந்தில் எல்லாம் ஏறி பயணம் செய்வது போல. நல்ல பேருந்துதான். ஆனால் அவை ஒவ்வொன்றும் எங்கே போகின்றன என்று பார்த்து, அவை நாம் போக நினைக்கும் இடத்துக்குப் போகுமா என்று சிந்தித்து அல்லவா அவற்றில் பயணம் செய்யவேண்டும்.

எழுத ஆரம்பித்த காலத்தில் சிறுகதைகள் எழுதிக்கொண்டிருந்தேன். ஒரு மூத்த எழுத்தாளரிடம் நான் பாத்த ஒரு நிகழ்வைச் சொல்லி, அதை கதையாக எழுதவா... நன்றாக இருக்கிறதா? என்று கேட்டேன். அவர் சொன்னார்: ''வள்ளியப்பன், நல்ல சம்பவங்கள் மட்டுமே நல்ல கதை ஆகிவிடாது'' என்று.

சில திரைப்படங்களில் சில காட்சிகள் பிரமாதமாக இருக்கும். ஆனால் படம் தோற்றுப்போயிருக்கும். காரணம், சில நல்ல காட்சிகள் மட்டுமே ஒரு படத்தை நல்ல திரைப்படமாக்கிவிடாது.

சிறுகதை என்றால் அதில் ஒரு முழுமை, திரைப்படம் என்றால் அதில் எதையோ நோக்கி ஓடுகிற நல்ல திரைக்கதை இருக்க வேண்டும்.

காட்சிகள் பிரமாதமாக இல்லாவிட்டாலும், ஒன்றை நோக்கி ஓடும் ஒழுங்கு தேவை. அதைபோலதான் வாழ்க்கையில் பணத்தை நிர்வாகம் செய்வதும்.

கடந்த இரண்டு அத்தியாயங்களில் பார்த்தவை நினைவிருக்கலாம். ஒருவர், அவருக்கு இருக்கும் முக்கிய தேவைகள் என்ன என்பதை முன்கூட்டியே விவரமாக ஆராய வேண்டும். இதன் பெயர் 'ஃபோர் சீயிங்'.

அடுத்து, அந்த முக்கிய தேவைகளைப்பற்றி விவரமாக யோசிக்க வேண்டும். அதன் பெயர், 'பிளானிங்' திட்டமிடல்.

அதன்பின்தான் அந்த முக்கிய தேவை ஒவ்வொன்றுக்கும் ஒரு இலக்கு எழுதிகொள்ளவேண்டும். அந்த இலக்குகள், ஸ்மார்ட் (SMART) ஆன இலக்குகளாக இருக்க வேண்டும்.

முதல் கட்டமான விவரமான திட்டமிடலை இந்த அத்யாயத்தில் கொஞ்சம் விவரமாகவே பார்த்துவிடலாம்.

உதாரணத்துக்கு,

தேவை 1	:	மகளை பிரி.கே.ஜி. வகுப்பில் சேர்க்க வேண்டும்.
எப்போது தேவை?	:	இன்னும் 2 ஆண்டுகளில். -2021 ஏப்ரலில்
எவ்வளவு பணம் தேவை?	:	ரூபாய் 50 ஆயிரம் அதன்பின் மாதாமாதம் ரூ 1,000 அந்தக் குழந்தையின் பள்ளி செலவுக்குக் கூடுதலாக பணம் வேண்டும்.
அதற்காக என்ன செய்யவேண்டும்?	:	இப்போதிலிருந்து பணம் சேர்க்கவேண்டும்
எவ்வளவு ?	:	மாதம் ரூ 2,500
எவ்வளவு காலத்துக்கு?	:	அடுத்த 24 மாதங்களுக்கு
எதில் சேமிப்பது?	:	அஞ்சலக தொடர்வைப்பான 'ரெக்கரிங் டெபாசிட்' அல்லது வங்கியில் ரெக்கரிங் டெபாசிட்
24 மாதங்களில் எவ்வளவு கட்டுவோம்?	:	ரூ 60,000
அதற்கு என்ன வட்டி கிடைக்கும்?	:	7.1% வீதம் ரூ.4,617

24 மாத இறுதியில் எவ்வளவு பணம் கிடைக்கும்?	:	ரூ 64,617.
ஏன் இந்தத் திட்டம்?	:	இன்னும் இரண்டே ஆண்டுகளில் கண்டிப்பாகத் தேவைப்படும் பணம். அதனால் இதற்காக சேமிக்கும் பணத்தை முதலுக்கு மோசமே வராத- அஞ்சல்க சேமிப்பில் போடுவதுதான் நல்லது. இதற்கென ஓர் தொகையை எடுத்து வைக்க முடியாதவர்கள், ஏற்கனவே சேமித்து வைத்திராதவர்கள், இனிதான் மாதாமாதம் சேமிக்கவேண்டும் என்றால் அதற்கு, சேமிக்கும்போதே வட்டி தரப்படும் தொடர் சேமிப்பான ரெக்கரிங் டெபாசிட்தான் சரி.
மாதாமாத சேமிப்பைச் செய்ய வேறு வழிகள் இருக்கின்றனவா?	:	சீட்டு கட்டலாம். அல்லது பரஸ்பர நிதிகளில் எஸ்.ஐ.பி..ஆக போடலாம். ஆனால் அவற்றில் ஓரளவு ரிஸ்க் உண்டு.
ஏன் 50,000 தேவைக்கு 64,600 வருவது போன்ற சேமிப்பு? 2,400 என்பது போல மாதாமாதம் சேமிக்கலாமே	:	நல்ல கேள்வி. 2 ஆண்டு முடிவில் வட்டியோடு சேர்த்து 50,000 போதுமென்றால், மாதம் 2000 சேமித்தால் போதும் ரூ. 51,693 வந்துவிடுகிறது. ஆனால் 2 ஆண்டுகள் கழித்து பள்ளி கட்டணங்கள் என்ன ஆகுமோ? எவ்வளவு இருக்குமோ! அதனால்தான் கொஞ்சம் கூடுதலாகவே வருமாறு பார்த்துக்கொள்வது நல்லது.

இது போல ஒவ்வொரு தேவையையும் முன்கூட்டியே விவரமாக யோசித்து, அதற்கான 'பணம் சார்ந்த இலக்கு' உருவாக்கி, அதை எப்படி அடைவது என்று திட்டமிட்டிருந்தால், அதன் படி சேமிப்பது, முதலீடு செய்துகொண்டிருப்பவர்களுக்கு நூற்றுக்கு 80, 90 மதிப்பெண்கள் கொடுக்கலாம்.

{ 20 }

நான்கில் நீங்கள் யார்?

பணம் சம்பாதிக்க எத்தனையோ வழிகள் இருக்கின்றன. ராபர்ட் கியோஸாகி என்பவர் ஒரு குறிப்பிட்ட விதமாக அதைப் பிரித்தார்.

அவரை பொறுத்தவரை பணம் சம்பாதிக்க நான்கு வழிகள் இருக்கின்றன.

முதலாவது, வேலைக்குப் போய் சம்பளம் வாங்குவது. இதன் பெயர் 'எம்ப்ளாயிட்' ஆக இருப்பது.

இரண்டாவது, வேறு எவரிடமும் வேலைக்குப் போகாமல் தானே சம்பாதிப்பது. இது 'செல்ஃப் எம்ப்ளாயிட்' முறை.

மூன்றாவது, ஒரு வியாபாரம் அல்லது தொழில் தொடங்கி, அதில் ஆட்களை வேலைக்கு அமர்த்தி அதன் மூலம் பணம் சம்பாதிப்பது. இது 'பிசினெஸ் ஓனர்' அதாவது முதலாளி ஆகி சம்பாதிப்பது.

நான்காவது வழி, கையில் இருக்கும் பணத்தை பிறர் நடத்தும் தொழில்களில் முதலீடு செய்துவிட்டு, ஒரு 'இன்வெஸ்டார்' ஆகி அதில் வரும் பணத்தில் வாழ்வது.

வேலைக்குப் போவது எல்லோருக்கும் தெரியும். அரசாங்கமோ பொதுறையோ அல்லது தனியார் துறையோ ஏதோ ஒரு நிறுவனத்தில், ஒரு பொறுப்பில், குறிபிட்ட ஊதியத்துக்கு வேலை செய்வது. ஊதியம்தான் வருமானம்.

இந்த வகையில் இருப்பவர்கள் எண்ணிக்கை மிக அதிகம். இதை எதிர்பார்த்துதான் பலரும் படிக்கிறார்கள்.

மாதம் சில ஆயிரங்கள் சம்பாதிக்கும் நகராட்சி துப்புரவு தொழிலாளி முதல், ஆண்டுக்கு ரூ 300 கோடி என்று நாள் ஒன்றுக்கே எண்பது லட்ச ரூபாய் வரை சம்பாதிக்கும் உலகளாவிய தேடுபொறி நிறுவனமான கூகிளின் முதன்மை செயல் அதிகாரி, தமிழர் சுந்தர் பிச்சை வரை அனைவரும் 'எம்ப்ளாயிட்' வகைதான்.

செல்ப் எம்ப்ளாயிட் பற்றி சிலருக்கு தெரியாமல் இருக்கலாம். வியாபாரத்தில் இறங்குகிறேன் என்று பலரும் செய்து கொண்டிருப்பது இந்த இரண்டாம் வகையைத்தான்.

வேலைக்குப் போனால் ஒருவர் என்ன செய்வாரோ, அதையே செய்வது. ஆனால் முதலாளி இல்லை. தானே முதலாளி, தானே தொழிலாளி.

வீட்டில் இருந்தபடியே செய்து பணம் சம்பாதிக்கும் பலவும் இந்த வகையைச் சேரும். சேலைகள் வாங்கி விற்பது, சாப்பாட்டுப் பொடிகள் செய்து விற்பது, போன்கள், மிக்ஸி, தொலைக்காட்சி பெட்டி பழுது பார்த்துக்கொடுப்பது போன்றவை சில எடுத்துக் காட்டுகள். சொந்த ஆட்டோ ஓட்டும் ஆட்டோக்காரர்கள், புரபஷனல் புகைப்படக்காரர்கள் போன்றோரும் இந்த 'செல்ஃப் எம்ப்ளாயிட்' தரப்பினர்தான்.

ஆனால், இப்படி இந்த அளவில் ஓரளவு சம்பாதிப்பது மட்டுமல்ல. சார்டட் அக்கவுண்டண்சி, சி.ஏ. படித்துவிட்டு 'செல்ஃப் எம்ப்ளாயிட்' ஆக இருப்பவர்கள் உண்டு. அவர் ஒருவர்தான் வேலை செய்ய வேண்டும். அதற்கு கிடைக்கும் பணம் அவரது சம்பாத்தியம். ஆனால் அது ஒரே அளவு தொகையுமல்ல, நிரந்தரமும் அல்ல என்றால், அவை எல்லாம் இந்த வகையைச் சேர்ந்தவைதான்.

திரை இசைப் பாடலாசிரியர்கள், தனியே 'பிராக்டிஸ்' செய்யும் மருத்துவர்கள், வழக்குரைஞர்கள், மிமிக்ரி செய்பவர்கள், பயிற்றுனர்கள் எல்லாம் இதே முறையில் சம்பாதிப்பவர்கள்தான்.

அவரை வேலை ஏவ வேறு எவரும் கிடையாது. அவர் எவ்வளவு வேலை செய்து எவ்வளவு சம்பாதிக்க வேண்டும் என்பது அவர் விருப்பம், முயற்சி சார்ந்தது.

வேலை சுதந்திரம் உண்டு. அதே சமயம் அவர் செய்தால்தான் அவருக்கு என்பது நிலை.

மூன்றாம் வகை, பிசினெஸ் ஓனர் ஆகிவிடுவது. உதாரணத்துக்கு 'ஒர்க் ஷாப்' ஆரம்பிப்பது. அதில் ஐந்து பேருக்கு வேலை கொடுப்பது. அவர்களை வேலை வாங்குவது. லாபம் வந்தால் சம்பாத்தியம். வராவிட்டால் நஷ்டம். எவ்வளவு லாபம் வந்தாலும் தனக்கே. நஷ்டம் வந்தாலும் அப்படியே.

'எம்ப்ளாய்மெண்ட்' டிலும், 'செல்ப் எம்ப்ளாய்மெண்ட்' டிலும் அந்த வாய்ப்பும் இல்லை. ஆபத்தும் இல்லை.

நாம் பார்க்கும் அனைத்து சிறுகுறு நிறுவனங்களும் இந்த வகையைச் சேர்ந்தவைதான். சலூன் கடை, மளிகைக்கடை, அரவை எந்திரம் வைத்து அரைத்துக்கொடுப்பது, வாடகை கார் கம்பெனி, ஓட்டல்கள் நடத்துவது என்று, ஆட்களை பணிக்கு அமர்த்தி, அவர்களுக்கு ஊதியம் கொடுத்து, வியாபாரம் தொழில் செய்பவர்கள் அனைவரும் 'பிசினெஸ் ஓனர்'கள்.

இதிலும் இன்ன அளவில் செய்கிறவர்கள் மட்டும்தான் என்றில்லை. லட்சக்கணக்கில் விற்கும் பத்திரிகை நிறுவனத்தின் முதலாளி, ஆயிரக்கணக்கணக்கான மாணவ மாணவியர் படிக்கும் தனியார் பள்ளிகள், கல்லூரிகள், நட்சத்திர ஓட்டல்கள் முதலாளிகள், அவ்வளவு ஏன், இன்ஃபோசிஸ் நிறுவனத்தில் மற்றவர்களுடன் சேர்ந்து (பங்குகளாக) பணம் போட்டு வியாபாரம் செய்யும் நாராயண மூர்த்தி போன்றோரும் பிசினெஸ் ஓனர்களே.

பிசினெஸ் என்பதை தனிப்பட்ட முழுதும் தனக்கே சொந்தமான, 'சோல் புரபபைட்டர்' நிறுவனமாகவோ அல்லது வேறு சிலருடன் சேர்ந்துகொண்டு செய்யும் 'பார்ட்னெர்ஷிப்' நிறுவனமாகவோ அல்லது பங்குதார்களையும் சேர்த்துக்கொண்டு செய்யும் 'பிரைவேட் லிமிடெட்' நிறுவனமாகவோ முகம் தெரியாத பலரிடமும் 'முதல்' பெற்று செய்யும் 'பப்ளிக் லிமிடெட்' நிறுவனமாகவோ நடத்தலாம். எப்படிச் செய்தாலும், புரமோட்டர் வைத்திருப்பது, அவர் சம்பாதிப்பது 'பிசினெஸ் ஓனர்'ஷிப் வழிமுறையில்.

நான்காவது வழியில் நமது உழைப்போ மேற்பார்வையோ இல்லாமலேயே நடக்கும் வேறு ஒருவர் நடத்தும் நிறுவனத்தில் நம் பணத்தைப் போடுவது. அதாவது முதலீடு செய்வது. அவர்கள் பிரித்துக்கொடுக்கும் லாபத்தை நமது வருமானமாக எடுத்துக் கொள்வது.

எளிமையான எடுத்துக்காட்டு, பங்குசந்தை முதலீடு. டாடா ஸ்டீல் நிறுவனப்பங்குகள் அல்லது எம்.ஆர்.எப். நிறுவனப் பங்குகள் அல்லது நாம் தேர்வு செய்யும் வேறு ஏதோ நிறுவனங்களின் பங்குகளை விலை

கொடுத்து வாங்குவது. அந்த நிறுவனம் பிரித்துக்கொடுக்கும் டிவிடெண்ட்டைப் பெற்றுக்கொள்வது. போனஸ் பங்குகள் கிடைத்தால் பலனடைவது. தவிர அந்த நிறுவனங்களின் பங்கு விலைகள் சந்தையில் உயர்ந்தால் அவற்றை விற்று கிடைக்கும் லாபத்தை நமது வருமானமாக எடுத்துக்கொள்வது.

பிசினெஸ் ஓனர் வகையில் இருக்கும் வாய்ப்புகளும் ஆபத்துகளும் இந்த வகையிலும் உண்டு. கொஞ்சம் அதிகமாகவே உண்டு.

பிசினெஸ் ஓனர் ஷிப்லாவது வியாபாரம் நமது கட்டுப்பாட்டில் இருக்கும். துரிதமாக நாமே தன்னிச்சையாக முடிவுகள் எடுக்கலாம். ஆனால், எவரோ நடத்தும் நிறுவனத்தில் அந்த சந்தர்ப்பங்கள் நமக்கு கிடையாது.

மேலும் வியாபாரம், தொழில் தவிர பல்வேறு தேச மற்றும் சர்வதேச காரணங்களுக்காக பங்கு விலைகள் குறையலாம். அந்த ஆபத்து பங்கு முதலீட்டில் நிறையவே உண்டு.

இந்த நான்காவது வகையின் சிறப்பு இந்த வருமானத்துக்காக நாம் உழைக்க வேண்டாம். நமது நேரமும் உழைப்பும் நல்ல பங்கை தேர்வு செய்வதிலும், பின்பு கண்காணிப்பதிலும் மட்டுமே. முதல் மூன்று வகைகளில் அந்த வாய்ப்பு இல்லை.

இந்த நான்கு வகைகளை வைத்துக்கொண்டு நாம் வேறு ஒன்றையும் புரிந்துகொள்வோம்.

இவை நான்கும் தனித்தனி போலத் தெரிந்தாலும் இதில் இரண்டை ஒருவரே செய்வது சாத்தியம். அது எப்படி என்று தெரிகிறதா?

முதல் மூன்றில் எதைச் செய்துகொண்டிருந்தாலும் நான்காவது வழியான முதலீட்டாளராக இருக்கலாம். வேலைக்குப் போய் சம்பாதிப்பவர், செல்ஃப் எம்ப்ளாயிட் மற்றும் பினெஸ் ஓனர் ஆகிய மூன்று வகையினருமே பங்குகள் வாங்குவது போன்ற முதலீட்டு வாய்ப்புகளையும் பயன்படுத்திகொள்கிறார்கள்.

நான்கையும் செய்யும் ஒரு சிலரை என்னைப்போல நீங்களும் சந்தித்திருப்பீர்கள். ஒரு நிறுவனத்தில் வேலை. அதே திறமையை வேலைக்கு வெளியே தனிப்பட, தானே பகுதி நேரத்தில் செய்து சம்பாதிப்பது மற்றும் வேறு ஒரு வியாபாரம் தொடங்கி அதில் ஆட்களை அமர்த்தி அதிலும் சம்பாதிப்பது. இதெல்லாம் போக, தன்னிடம் இருக்கும் மிகுதியான பணத்தை பங்குச் சந்தை போன்றவற்றிலும் முதலீடு செய்வது.

வேலைக்குப் போய் சம்பாதிப்பது என்பது ஒரு காலகட்டம் வரைதான் சாத்தியம். தவிர மாறி வருகிற உலக பொருளாதார சூழ்நிலைகளில் வேலைகள் நிரந்தரம் என்றும் சொல்ல முடியவில்லை.

ஆக, இந்த நான்கு வகை பற்றிய புரிதலுடன், முதல் இரண்டு வகைகளில் மட்டுமே இருப்பவர்கள், அடுத்த இரண்டு வகைகள் பற்றியும் சிந்திக்கலாம்.

{ 21 }

பணத்துக்கும் உண்டு நேரம் காலம்

பங்குச் சந்தையில் என்ன வாங்கலாம்? பலருக்கும் தெரிந்தது, பங்குகள், பல்வேறு நிறுவனங்களின் பங்குகளை வாங்கலாம் என்பது. ஆனால் தெரியாதது, பங்குகளைக் காட்டிலும் அதிக வியாபாரம் ஆவது, பியூச்சர்ஸ் - ஆப்ஷன்ஸ் என்பது.

பங்குகள் வாங்கினால், அந்தப் பங்குகளுக்கு டிவிடெண்ட் போன்ற வருமானங்கள், போனஸ் போன்ற முதலீட்டு ஆதாயங்கள் கிடைக்கலாம். தவிர, பங்கு விலைகள் உயர்ந்து லாபம் கிடைக்கலாம்.

ஆனால் 'பியூச்சர்ஸ்' என்ற வகையில் இறங்கி எதையேனும் வாங்கினால், அவை விலை உயர்ந்து லாபம் கிடைத்தால்தான் உண்டு. டிவிடெண்ட் போன்ற வருமானம் கிடைக்காது.

ஒருகால் நாம் வாங்கியபின், நாம் வாங்கிய பங்கின் விலை குறைந்தால் நமக்கு நஷ்டம் ஏற்படலாம். ஆனால் மீண்டும் நல்ல விலை வருகிறவரை பொறுத்திருந்து விற்றால் நஷ்டத்தை தவிர்க்கலாம். லாபமும் பார்க்கலாம்.

பங்குகளை வாங்கிவிட்டால் அவற்றை வைத்திருக்க முடியும்.

ஆனால், பியூச்சர்ஸில் வாங்கும் போது குறிப்பிட்ட காலத்துக்குள் நாம் விற்றாகவேண்டும். அதிகபட்சம் மூன்று மாதம். மீண்டும் அதையே வாங்கி வேண்டுமானால் சமாளிக்கலாமே தவிர, குறிப்பிட்ட காலத்துக்குள் வாங்கியதை விற்றே ஆகவேண்டும். விற்காமல்

இருக்க, அதே மாதம், அடுத்த மாதம் அல்லது மூன்றாம் மாதம் என்பது போன்ற காலவரையறை உண்டு.

காலவரையறை இருப்பதால் வாங்கியதை குறைந்த லாபத்துக்கோ அல்லது நஷ்டத்துக்கோ விற்றுவிட்டாலும், விற்ற அதே நேரம், அதே பியூச்சர்ஸ்சை மற்றொரு முறை இன்னொரு கால அளவுக்கு வாங்கி கொள்ள முடியும். உயர்ந்த விலை வரக் காத்திருக்கலாம். புரோக்கரேஜ் போன்ற கூடுதல் செலவு இருந்தாலும், வாங்க முடியும். முயற்சி செய்ய வாய்ப்புண்டு.

அதே பங்குச் சந்தையில் ஆப்ஷன் என்ற ஒன்றும் உண்டு.

பங்குகள் (கேஷ் மார்கெட்) பெரியண்ணன் என்றால், பியூச்சர்ஸ் அடுத்த சகோதரன். அவருக்கும் அடுத்தவன், கடைக்குட்டிதான் ஆப்ஷன்ஸ்.

பங்குகளை வாங்க முழுப்பணமும் கொடுத்தாகவேண்டும். பியூச்சர்ஸ் வாங்க மார்ஜின் பணம் என்று ஒரு தொகை கட்டினால் போதும். ஆப்ஷனுக்கோ மிகக் குறைந்த அளவு பணம் இருந்தாலே போதும்.

இங்கு சொல்ல வருகிற விஷயம், 'டைம் வேல்யு' குறித்தது.

'டைம் வேல்யு' என்பதை தமிழில் மொழிபெயர்த்துச் சொன்னால், நேரம் தொடர்பான மதிப்பு என்று சொல்லலாம்.

ஆப்ஷன் என்பது பெரும்பாலும் பியூச்சர்ஸ் போன்றதே. அதைப் போலவே வாங்கியதைக் குறிப்பிட்ட கால அளவுக்குள் விற்றாக வேண்டும். இது ஒற்றுமை.

வேறுபாடு என்னவென்றால், அதுதான் 'டைம் வேல்யு'.

பிப்ரவரி ஒன்றாம் தேதி, விலை உயரும் என்று எதிர்பார்த்து, ரிலையன்ஸ் நிறுவன பங்குகள் சில கேஷ் மார்கெட்டில் வாங்குகிறோம். கூடவே பியூச்சர்ஸிலும் அதே ரிலையன்ஸ் நிறுவனப் பங்கை வாங்குகிறோம். அதே பங்கின் (கால்-Call) ஆப்ஷன்களையும் அதே தேதி வாங்குகிறோம்.

பியூச்சர்ஸ் மற்றும் ஆப்ஷன்கள் வாங்கியிருப்பது ஒரு மாத காலத்துக்கு என்ற விதத்தில். அதாவது பிப்ரவரி மாத காண்ட்ராக்ட்.

ஏதோ சில காரணங்களுக்காக ரிலையன்ஸ் பங்கு விலை குறைகிறது.

விலை இறக்கம் தற்காலிகம் என்று நினைத்தால், கேஷ் மார்கெட்டில் வாங்கியதை நஷ்டத்துக்கு விற்கவேண்டியதில்லை. வைத்துக் கொள்ளலாம். டைம் லிமிட் இல்லை.

ஆனால் பியூச்சர்ஸில் வாங்கிய ரிலையன்ஸ் பங்குகளை அப்படி வைத்துக்கொள்ளமுடியாது. மாதத்தின் கடைசி வியாழக்

கிழமையான 28ம் தேதிக்குள், ஏதாவது ஒரு நாள் அதை விற்றே ஆகவேண்டும். விற்ற அன்றேவோ, அதற்கு முன்பின்னாகவோ வேறு ஒப்பந்தத்தின் மூலம் அதே ரிலையன்ஸை மீண்டும் வாங்கிக் கொள்ளலாம். ஒன்று அல்லது 2 அல்லது 3 மாத காலத்துக்கு. மீண்டும் வாங்க புரோக்கரேஜ் மற்றும் வரி போன்ற செலவுகள். ஆனால், கிட்டத்தட்ட நாம் விற்கும் அதே விலைக்கே, அதே நேரம் வாங்கவும் கிடைக்கும்.

ஆனால், இந்த ஆப்ஷன்ஸ் இருக்கிறதே, அதன் மதிப்பு மாத ஆரம்பத்தில் இருந்தது போல மாத முடிவில் இருக்காது.

அந்த மாதத்தின் கடைசி வியாழன் நெருங்க நெருங்க, ரிலையன்ஸ் விலை என்னவாக ஆனாலும் ஆப்ஷனின் காலக்கெடு முடிகிறதே என்று, ஆப்ஷன் விலை காற்றில் வைத்த கற்பூரம் போல கரைந்து விடும். கடைசி நாள் இறுதி நேரம் ஒன்றும் இல்லாமலே போய்விடும்.

ஆப்ஷனுக்கு அற்பஅயுசு.

இந்த டைம் வேல்யு என்பது பங்குச் சந்தை ஆப்ஷனில் மட்டும்தானா இருக்கிறது?

வாழைப்பழ வியாபாரி மொத்த சந்தையில் இருந்து காய்வெட்டாக சில தார்கள் வாங்கி வருகிறார். வாழைப்பழமாக பழுக்க நான்கு ஐந்து நாட்கள் ஆகலாம். அதன் பின் ஒரு வாரம் தாங்கினால் அதிகம். பழம் கொழகொழத்துப் போய்விடும்.

தொடக்கத்தில் விற்றால் நல்ல காசு கிடைக்கும். தவறவிட்டு விட்டால், ஆப்ஷன் மதிப்பு ஒன்றும் இல்லாமல் போனதுபோல, விற்கவே முடியாமல் போய்விடும்.

பலரும் அவர்கள் பணத்தை முதலீடு செய்யும் போது மட்டுமல்ல, செலவு செய்யும் போதும் அதன் 'டைம் வேல்யு' தெரிந்து உணர்ந்து செய்ய வேண்டும்.

பிறந்தநாள் கொண்டாட்டம், திருமணம், இப்படிப்பட்ட வேறு நாட்களில் அழைப்பிதழ், மண்டபம், கச்சேரி, உணவு போன்ற வற்றுக்கு செய்யும் செலவினால் மகிழ்ச்சி கிடைக்கலாம். ஆனால் அது எவ்வளவு நேரம் அல்லது நாட்கள்?

எதற்கு எவ்வளவு என்று மதிப்புணர்ந்து செய்யலாம்.

சிலர் செல்போன்கள், கார்கள் போன்றவற்றை மாற்றிக்கொண்டே இருப்பார்கள்.

கார் வாங்கிய அன்று 10 லட்சம் என்றால், ஏதோ காரணத்துக்காக உடனே விற்க முயற்சித்தால் அதன் விலையில் ஒரு பகுதி ஏற்கனவே காணாமல் போய்விட்டது தெரியவரும். ஒன்பது லட்சத்துக்குப் போனால் அதிகம்.

இதில் டைம் வேல்யு அல்ல, 'பர்ஸ்ட் ஹேண்ட்', 'செக்கெண்ட் ஹெண்ட்' என்ற மதிப்பு மாறுதல். ஒருநாள் ஆனாலும், கவர் பிரித்து விட்டால் அது செகண்ட் ஹேண்ட் போன்தான். சில கிலோ மீட்டர்களே ஓடியிருந்தாலும் அது இரண்டாவது 'ரிஜிஷ்ரேஷன்' செய்யப்படவேண்டிய கார்தான். விலை குறைந்துவிடும்.

தங்கம் வாங்கினால் விலை உயரக்கூடும். லாபம் கிடைக்கலாம். பிக்செட் டெபாசிட் போல நிச்சய உயர்வு இருக்குமென்று சொல்ல முடியாவிட்டாலும், காலபோக்கில் தங்கத்தின் மதிப்பு அதிகரிக்கவே செய்யும். அதன் டிமாண்ட் சப்ளை விகிதாச்சாரம் அப்படி.

ஆனால், அதே தங்கத்தை நாணயமாக (காயின்) அல்லது கட்டியாக (பார்) வாங்காமல் நகையாக வாங்கிவிட்டால், அந்த டிசைன் பிடிக்காமலோ வேறு காரணத்துக்காகவோ விற்கப்போனால்? வாங்கிய விலைக்குப் போகாது.

செய்கூலி, சேதாரம் மற்றும் வேறு கடையில் வாங்கியதாக இருந்தால் மாற்று (சுத்தத்தன்மை) குறைவு என்று சொல்லி, உடனே விலையைக் குறைப்பார்கள். நமது பணம் கொஞ்சம் காணாமல் போய்விடும்.

தங்கமாவது காலப்போக்கில் இந்த நஷ்டத்தை எல்லாம் தாண்டி ஓரளவேனும் தாக்குபிடிக்கும். ஆனால், இந்த வைரம் இருக்கிறதே, சுத்த மோசம்.

வாங்கியதைவிட அதிக விலைக்கு வைரத்தை விற்றவர்கள் மிக மிகக் குறைவு.

தங்கம் இன்ன கேரட் என்று சரியாக பார்க்கத் தெரிந்தவர்கள் எத்தனை பேர்? வைரம்தானா என்று பார்க்கத் தெரிந்தவர்கள் எத்தனை பேர்?

வைர நகையை விற்கப்போனால், இது பழைய கட்டிங், இதற்கெல்லாம் இப்போது மதிப்பில்லை என்பார்கள். அதைவிட மோசம், இதை எங்கே வாங்கினீர்கள், இதில் தோஷம் இருக்கிறதே என்பார்கள்.

வீடு பிளாட்டுகள் வாங்கினாலும் அதை வாங்குபவர் பெயருக்கு மாற்ற பத்திர பதிவு மற்றும் ஸ்டாம்ப் டூட்டி 1+7 சதவிகிதம். வாங்கிய பிறகு

தேவையில்லை என்று விற்கப்போனால், வீட்டுக்கு விலை கிடைக்கும். ஆனால் கட்டிய பத்திரப்பதிவு செலவு கிடைக்காது. 40 லட்சம் பிளாட் விலை என்றால், 2 லட்சத்து எண்பதாயிரம், வாங்கும் செலவு. இதில் வாங்க விற்க இடைத் தரகர் இருந்தால் அதில் இரண்டு + இரண்டு சதவிகிதம் போகாமல் இருக்க வேண்டும்.

அவரசமாக, உணர்வு வேகத்தில் எடுக்கும் சில 'வாங்குகிற' முடிவுகள் 'காஸ்ட்லி' ஆக ஆகிவிடும். எச்சரிக்கை.

{ 22 }

ஒரு ரப்பர் பேண்டை எவ்வளவு இழுக்கலாம்?

சில ஆண்டுகளுக்கு முன்பு ஒரு பெரிய மனிதர் அவரது மகனின் திருமண விஷயமாக ஒரு உதவி கேட்டார். எனக்குத் தெரிந்த வேறு ஒருவரின் மகளை அவர் மகனுக்கு திருமணம் முடிக்க விருப்பம் என்றும் அதற்கு நான் உதவ வேண்டும் என்பதும் அவர் கேட்ட உதவி.

இருவரும் தெரிந்தவர்கள், வசதியாக வாழ்பவர்கள். பொருத்தம்தான் என்று நினைத்தேன். பெண் வீட்டுக்காரரிடம் பேசுவதற்கு முன்பு எதற்கும் இருக்கட்டும் என்று உதவி கேட்டவரை பற்றி அவர் ஊரில் இருந்தவர்கள்டம் விசாரித்தேன்.

எனக்கு அதிர்ச்சி காத்திருந்தது. பெரிய வியாபாரம், பெரிய வீடு, இரண்டு மூன்று கார்கள் என்று இருப்பவருக்கு கூடவே ஏகப்பட்ட கடனும் இருக்கிறது என்று தெரியவந்தது. விசாரித்து மேல் விவரங்கள் அறிந்து கொண்டேன.

அவருக்கு சொத்து சுமார் பத்து பன்னிரெண்டு கோடி ரூபாய் தேறும் என்றால், கடன் பதினைந்து கோடிக்கு மேல் இருக்கும் என்பதுபோல விவரங்கள் கிடைத்தன. சாடைமாடையாக அவரிடமே இதுபற்றி கேட்டபோது அவர் மறுக்கவில்லை. அதெல்லாம் வியாபாரம் தொழில் என்றால் அப்படித்தான் என்றார்.

பங்கு வர்த்தகத்தில் ‘இண்ட்ரா டே’ என்று ஒரு வகை வர்த்தகம் உண்டு. ஒரு குறிப்பிட்ட வர்த்தக தினத்துக்குள் வாங்கி, அதே

தினத்துக்குள் அதாவது அன்றைக்கே விற்றுவிடுவது. இந்த 'வாங்கி விற்பதை' மாற்றியும் செய்ய அனுமதி உண்டு.

அதாவது, முதலில் நடப்பு விலையில் விற்று, பின்னர் வாங்கி கணக்கை நேர் செய்து கொள்வது

முதலில் வாங்கி, பின்னர் விற்பதை 'லாங்' போவது என்றும், முதலில் விற்று பின்னர் வாங்கி நேர் செய்வதை 'ஷார்ட்' போவது என்றும் சொல்வார்கள். எல்லாம் ஒரே நாளுக்குள் நடந்து முடிவதால் இதை 'இண்ட்ரா டே' என்று குறிப்பிடுகிறார்கள்.

உதாரணத்துக்கு (மட்டும்) காலையில் 10 மணிக்கு கோயம்பேடு காய்கறி மார்க்கெட் போக வேண்டியது. தக்காளி விலையை விசாரிக்க வேண்டியது. கிலோ ரூபாய் 30 என்கிறார்கள். ஒரு பெரிய கடைக்கு போய், கிலோ ரூபாய் 30 வீதம் 500 கிலோ வாங்கி கொள்கிறேன் என்று சொல்வது.

அதற்கு அவர் பில் போட்டுக் கொடுப்பார். மொத்தம் ரூபாய் 15 ஆயிரம். உடனே டெலிவரி எடுக்காமல் இதோ வருகிறேன் என்று சொல்லி, ஒரு முன் பணம் மட்டும், ரூபாய் 1000 கொடுப்பது. அங்கிருந்து கிளம்பி விடுவது.

மதிய வாக்கில் மீண்டும் அந்த கடை பக்கம் போவது. இப்போது தக்காளி கிலோ என்ன விலை என்று கேட்பது. அந்த சமயம் சந்தையில் விலை ரூபாய் 32 என்று வைத்துக்கொள்வோம். ''அப்படியா, சரி. நான் காலையில் வாங்கிய 500 கிலோவை உங்களுக்கே விற்று விடுகிறேன்'' என்று சொல்வது.

இப்படி எல்லாம் நிஜக் காய்கறி சந்தையில் செய்ய முடியாதுதான். ஆனால் பங்குச் சந்தை மற்றும் கமாடிட்டி சந்தை எனப்படும் பொருள் சந்தையில் இப்படி செய்ய முடியும். காரணம், அவற்றில் இப்படிச் செய்ய அனுமதி உண்டு.

கிலோ ரூபாய் 30-க்கு வாங்கியதை ரூபாய் 32 விற்றால், கிலோவுக்கு ரூபாய் இரண்டு வீதம் 500 கிலோவுக்கு ரூபாய் ஆயிரம் லாபம். ஏற்கனவே கொடுத்திருந்த முன்பணம் ரூபாய் 1000 மற்றும் கிடைத்திருக்கும் லாபம் ரூபாய் ஆயிரமும் சேர்த்து மொத்தம் ரூபாய் 2000 அவர் நமக்குக் கொடுப்பார். பெற்றுக்கொள்ளலாம்.

எல்லாம் ஒரே நாளுக்குள் முடிந்தது.

ஒருகால் நாம் வாங்கிய பிறகு தக்காளி விலை குறைந்துவிட்டால்? மதியம் விசாரிக்கும்போது விலை இறங்கியிருந்தால்? சரியான கேள்வி.

நஷ்டம்தான். கிலோவுக்கு ரூ 2 வீதம் 500 கிலோவுக்கும் ரூபாய் ஆயிரம் நஷ்டம். நாம் ஏற்கனவே கொடுத்திருந்த முன்பணத்தில் இந்த நஷ்டத்தை கழித்துக் கொண்டு விடுவார்.

இங்கே நாம் முன்பணம் என்று உதாரணமாக சொல்வதை பங்கு மற்றும் கமாடிட்டி சந்தைகளில் 'மார்ஜின் மணி' என்கிறார்கள். மார்ஜின் பணம் கட்டினால்தான் வர்த்தகம் செய்யமுடியும்.

முன்பணம் ரூபாய் ஆயிரம். நஷ்டம் ஆயிரம் வரை வந்தால் சரி. அதற்கு மேல் லாபம் பெறவும் வாய்ப்பு இருக்கிறது, நஷ்டம் வரவும் வாய்ப்பு இருக்கிறது. ஒருகால், கிலோவுக்கு ரூபாய் 3 அல்லது 4 விலை குறைந்துவிட்டால்?

இதுவும் நல்ல கேள்விதான். வாங்கிய நாம் விலையைத் தெரிந்து கொண்டு அந்த கடை பக்கமே போகாமல் இருந்துவிடலாம். கோயம்பேடு சந்தையில் இது சாத்தியமாகலாம். அப்படி செய்யும் பட்சம், கடைக்காரருக்கு கூடுதல் நஷ்டமாகிவிடும்.

தக்காளி விலை மாற்றத்தால் நஷ்டம் ரூபாய் 2000. அது நாம் ஏற்கனவே கொடுத்திருந்த முன்பணம் ரூபாய் ஆயிரம் போக மீதம் 1000 அவர் கையைப் பதம் பார்த்துவிடும்.

ஆரம்ப காலங்களில் இப்படி எல்லாம் பங்குச் சந்தைகளில் நடந்திருக்கிறது அப்படிப்பட்ட அனுபவங்கள் காரணமாகத்தான் பங்குச் சந்தைகளிலும், அதன் பின்னர் இந்தியாவுக்கு வந்த கமாடிட்டி சந்தைகளிலும் மார்ஜின் பணம் கட்டாயம் என்றும், அவை எவ்வளவு தூரம் ஏற்ற இறக்கங்களுக்கு உட்படுத்தப்படக்கூடிய பொருட்கள் அல்லது பங்குகள் என்பதை வைத்து, எந்தப் பங்கு அல்லது எந்த பொருளுக்கு எவ்வளவு மார்ஜின் பணம் என்றும் சந்தைகள் அவ்வப்போது முடிவு செய்கின்றன.

ஒரு புது வாடிக்கையாளர் ரூபாய் பத்தாயிரம் மார்ஜின் பணம் கொண்டு வருகிறார் என்றால், சில பங்குச் சந்தை அல்லது கமாடிட்டி தரகர்கள் அந்த வாடிக்கையாளருக்கு ரூபாய் 30,000 வரை 'இண்ட்ரா டே' வர்த்தகம் செய்ய அனுமதிக்கிறார்கள்.

ரூபாய் 10 ஆயிரத்துக்கு இப்படி 30 ஆயிரம் வரை அனுமதிப்பது என்பதற்கு மூன்று மடங்கு 'எக்ஸ்போஷர்' கொடுக்கப்படுகிறது என்று அர்த்தம்.

இந்த மூன்று மடங்கு 'எக்ஸ்போஷர்' என்பது 33 சதவிகித முன் பணம் வாங்கிக்கொண்டு வியாபாரம் செய்ய அனுமதிப்பது போல. அதைக் காட்டிலும் ஒரே நாளில் விலை குறைந்து நஷ்டம் ஏற்பட்டுவிடுமா என்கிற கணக்கில் இப்படி செய்கிறார்கள்.

வியாபாரப் போட்டியில் சில தரகர்கள் அதிக ரிஸ்க் எடுத்து வாடிக்கை யாளர்களுக்கு நான்கு, ஐந்து மடங்கு 'எக்ஸ்போஷர்' அனுமதிப்பதும் உண்டு.

அவ்வளவு ஏன், முன்பெல்லாம் பத்து மடங்கு எக்ஸ்போஷர் கொடுத்தவர்களும் உண்டு

இதெல்லாம் தரகர்கள் எடுக்கும் மிகப்பெரிய ரிஸ்க். தரகர்கள் எடுக்கும் ரிஸ்க்கை விட்டுவிடலாம். நாம் இங்கே எடுத்துக்காட்ட விரும்புவது, அதிக 'எக்ஸ்போஷர்' எடுத்து அதன் மூலம் அதிக ரிஸ்க் எடுக்கும் வாடிக்கையாளர்கள் குறிப்பாக சிறு முதலீட்டாளர்கள் குறித்துதான்.

வீட்டில் ரூபாய் ஆயிரம் கொடுத்து, 'நீ தக்காளி கொள்முதல் செய்து, விற்று லாபம் பார்' என்று அனுப்பினால், ஒருவரால் ஆயிரம் ரூபாய்க்கு கிலோ ரூபாய் 30 வீதம் 33 கிலோ தக்காளி வாங்கி வியாபாரம் செய்யமுடியும்.

ஆனால், முன்பு பார்த்த முன்பணம் முறையில் அல்லது மார்ஜின் முறையில் அவருக்கு ஐந்து மடங்கு எக்ஸ்போஷர் கிடைத்தால் அவரால் 165 கிலோ தக்காளி வியாபாரம் செய்ய முடியும்.

சிலர் இப்படித்தான் பங்குச் சந்தையிலும், கமாடிட்டி சந்தையிலும் கையில் இருக்கும் பணத்துக்கு மிகப் பெரிய 'எக்ஸ்போஷர்' எடுத்து, அதன் மூலம் அதிக ரிஸ்க் எடுத்து வர்த்தகம் செய்கிறார்கள்.

அவர்கள் கணிப்பு சரிதான் என்றும் அவர்கள் நினைப்பது போலவே நிச்சயம் விலை ஏறும் அல்லது நிச்சயம் விலை இறங்கும் என்றும் முடிவு செய்து, லாங்கோ ஷார்ட்டோ போகிறார்கள்.

அவர்கள் கணிப்புக்கு மாறாக கிலோவுக்கு 5 ரூபாய் அவர்களுக்கு நஷ்டம் ஏற்பட்டால், 33 கிலோ மட்டும் வியாபாரம் செய்திருந்தால் நஷ்டம் 165 ரூபாய் மட்டுமே.

அவர்கள் வசம் மீதம் ரூபாய் 835 பத்திரமாக இருக்கும். வேறு வர்த்தகங்கள் செய்யலாம். ஆனால், முன்பணம் அல்லது மார்ஜின் முறையில் ஐந்து மடங்கு 'எக்ஸ்போஷர்' எடுத்து 166 கிலோ வியாபாரம் செய்திருத்தால், அதே 5 ரூபாய் விலை வீழ்ச்சிக்கு, நஷ்டம் ரூபாய் 830. அசலில் மிச்சம், ரூபாய் 170 மட்டுமே.

தரகர் அதிக 'எக்ஸ்போஷர்' தருவார்தான். ஆனால், வாடிக்கை யாளருக்கு அதில் எவ்வளவு ரிஸ்க்? ஆயிரம் ரூபாய் முதலை வைத்து ஐந்தாயிரம் ரூபாய் வியாபாரம் செய்வதை ஐந்து மடங்கு எக்ஸ்போஷர் என்று மட்டுமல்ல ஐந்து மடங்கு 'லீவரேஜ்' என்கிறார்கள்.

‘லீவரேஜ்’ என்றால் நீட்டிப்பது.

ஒரு ரப்பர் பேண்டை எவ்வளவு நம்பர் பாயிண்டை எவ்வளவு இழுக்கலாம்?

அதிக ‘லீவரேஜ்’ = அதிக ஆபத்து.

2008 ஆம் ஆண்டு யூ.எஸ்.ஏ.யில் ஏற்பட்ட சப்ரைம் பிரச்னையே வங்கிகள் இப்படிப்பட்ட அதிக லீவரேஜ் கொடுத்ததால்தான்.

ஒருவரிடம் ரூபாய் 20 லட்சம் இருந்தால் அவரால் ஒரு கோடி ரூபாய் மதிப்புள்ள வீட்டை வாங்க முடியும். 20% இவர் பணம். 80 சதவீதம், கடன்.

அவர் வாங்கிய பிறகு, வீட்டின் விலை உயர்கிறது. உயர்ந்து உயர்ந்து, ரூபாய் 2 கோடி ஆகிவிட்டது. அதனால் அதே வீட்டின் மீது மேலும் கடன் கொடுக்க வங்கி தயார்.

அதே வீட்டின் மீது இன்னொரு 80 லட்சம் வாங்கி, அந்த 80 லட்சத்துக்கு இன்னொரு சிறு வீடு வாங்குகிறார். அவர் அதிர்ஷ்டம் அந்த வீட்டின் விலையும் உயர்கிறது.

உண்மையில் இப்படி எல்லாம் நடந்தது. காரணம், அமெரிக்காவில் அப்போது பங்குச் சந்தை ஏற்றம் போலவே வீட்டு விலைகளில் தொடர் ஏற்றமும் நடந்து கொண்டிருந்தது. ஹவுசிங் பூம் என்றார்கள்

இப்படியே அவரைப் போன்ற லட்சக்கணக்கான நபர்கள் செய்து செய்து இருபது லட்ச ரூபாய் போன்ற ஆரம்ப முதல்களில் அவர்கள் பல கோடி ரூபாய்க்கான வீடுகளின் உரிமையாளர்கள் ஆகியிருந்தார்களா. ஆனால் சொத்தின் பெரும்பகுதி கடன்.

ஒரு காலகட்டத்தில் பங்குச் சந்தை வீழ்ச்சிபோல வீட்டு விலைகளும் கடும் வீழ்ச்சி அடைய, வீழ்ச்சி என்றால் படுபாதாளத்தில் விழ, கடன் தொகையை காட்டிலும் வீடுகளின் மதிப்பு இறங்கிப்போய், ‘‘உடனடியாக பணத்தை கட்டு அல்லது வீட்டை விற்று விடுவோம்’’ என்று கடன் கொடுத்த நிறுவனங்கள் நெருக்க, பலரும் வீடுகளை வந்த விலைக்கு சந்தையில் விற்க, கடன் கொடுத்த நிறுவங்களும் கடனில் மூழ்கிப் போன வீடுகளை விற்க, மேலும் விலைகள் இறங்க, கடன் தொகையைக் காட்டிலும் குறைவான விலையே கிடைக்க, ஆரம்ப முதல் 20 லட்சம் காணாமல் போனது.

செய்தி, அதே தான். அதிக ‘லீவரேஜ்’ அதிக ஆபத்து. ரப்பர் பேண்டை அதிகம் இழுத்தால் அறுந்துபோய்விடும்.

அத்தியாயத்தின் தொடக்கத்தில் பார்த்த மாப்பிள்ளை வீட்டுக்காரர் செய்திருப்பதும் ஒருவகையில் அதிக 'எக்ஸ்போஷர்' மற்றும் கையில் இருக்கும் தன் சொத்தை பல மடங்கு 'லீவரேஜ்' செய்திருப்பதுதான்.

வியாபாரம் தொழில் நன்றாக நடப்பது வரை பிரச்னை இல்லை. தொழில் சுணக்கம் ஏற்பட்டால் லீவரேஜ்' என்பது ஆரம்ப, அடி முதலையே தின்றுவிடும்.

{ 23 }

நினைப்புக்கு இவ்வளவு செலவா?

பேட்ட படம் பார்த்தீர்களா?

எங்கே மற்றும் எப்போது பார்த்தீர்கள்?

சிலர் முதல் நாளே பார்த்திருப்பார்கள். முதல் நாள் என்பது கூட அவர்களுக்கு போதாது. முதல் நாள், முதல் காட்சி பார்த்திருப்பார்கள்.

விஸ்வரூபம் படம், தடை காரணமாக தமிழ்நாட்டில் வெளியிடப் படாமல் கேரளா ஆந்திரா போன்ற மாநிலங்களில் வெளியிடப் பட்டது. அப்போதுகூட, முதல் நாள் முதல் காட்சி பார்த்தே ஆகவேண்டும் என்று கிளம்பி வெளிமாநிலம் போய்ப் பார்த்தவர்கள் உண்டு.

இப்படிப்பட்டவர்களுக்குத் திரைப்படம் பார்ப்பதற்கான செலவு பெரிய அளவில் இருக்கும்.

ஒரு மாதம் கழித்து பார்த்தாலும் அதே படம் தான், வெளியானவுடன் பார்த்தாலும் அதே படம்தான். படத்தில் மாறுதல் இருக்கப் போவதில்லை. திரையரங்கு வசதிகளிலும் மாறுதல் இருக்காது.

சொல்லப்போனால் ஒரு மாதம் கழித்து பார்க்கிறபோது நெரிசல், இரைச்சல், வண்டி நிறுத்தும் இடத்தில் கூட்டம் எல்லாம் குறைவாக இருந்திருக்கும். ஆக, ஒரே பொருளுக்கு அல்லது சேவைக்கு அதைப் பெறும் நேரத்தை பொறுத்து விலை மாறுகிறது.

இந்த நிலை, திரைப்படங்களுக்கு மட்டுமல்ல. இப்போது இந்த மார்ச் மாதம் எங்கே போய் துணி எடுத்தாலும் போட்டிருக்கிற விலை

கொடுக்க வேண்டியதுதான். தள்ளுபடி கிடையாது. ஆனால், அதே துணியை ஆடி மாதம் எடுத்தால், குறைந்தபட்சம் 10 சதவீதம் விலை மலிவாகக் கிடைக்கும்.

கைத்தறி, கதர் துணிகள் போன்றவற்றுக்கு கோ ஆப்டெக்ஸ் மற்றும் காதி வஸ்திராலயத்தில் காந்தி பிறந்த நாளுக்கு கூடுதல் தள்ளுபடி தருவார்கள். ஜவுளி அதேதான். ஆனால், விலை வாங்கும் நேரத்தை பொறுத்து மாறிவிடுகிறது.

பொருளில் வேறுபாடு இல்லை; ஆனால் வசதியில் பெரிய வேறுபாடு இருந்த போதிலும் குறைந்த கட்டணத்தை பெற, அந்த நேரத்துக்காக காத்திருந்து பயன்படுத்தும் நடுத்தர வர்க்கத்தினரை மட்டுமல்ல. பணக்காரர்களையும் சந்தித்திருக்கிறேன்.

ஊட்டி, கொடைக்கானல் போன்ற கோடை வாசஸ்தலங்களுக்கு மார்கழி மாதம் போகிறவர்கள் உண்டு. அப்போது, 'ஆப் சீசன் ரேட்' என்று கட்டணத்தில் பெரிய சரிவு இருக்கும். இதுபோக, கூடுதல் லாபங்களாக, அங்கேயெல்லாம் கூட்ட நெரிசலும் ஏனைய பொருட்களின் விலையும் குறைவாக இருக்கும்.

அந்த நேரமா போவார்கள்? குளிர் இருக்குமே! என்று சொல்லலாம். அது பிரச்னைதான். ஆனால், மற்ற எதுவும் பிரச்னை இல்லை. எல்லாம் அனுகூலம்தான் என்று பார்பவர்கள் உண்டு.

சென்னையில் அமைந்திருக்கும் ஒரு நிறுவனத்தில் நான் மனிதவளத் துறைத் தலைவராக பணியாற்றியபோது அலுவலர்களுக்கான பயிற்சி ஒன்று ஏற்பாடு செய்தேன்.

அலுவலர்களை முழுநாள் பயிற்சிக்கு அனுப்புவது சிரமம் என்று துறைத் தலைவர்கள் தயங்கினார்கள். காரணம் அது வியாபார வாய்ப்பும் அதனால் வேலை பளுவும் அதிகம் இருந்த நேரம்.

நான் திட்டமிட்டிருந்த பயிற்சியும் முக்கியமான ஒன்றுதான். என்ன செய்ய இரண்டையும் எப்படி உறுதி செய்வது என்று யோசித்தேன்.

பயிற்சிகள் நடக்கும் விதம் குறித்து மாற்றி யோசித்தேன். ஒரு முடிவுக்கு வந்தேன்.

அலுவலகம் காலை ஒன்பது முப்பது மணிக்கு தொடங்கி மாலை ஆறு மணி வரை நடக்கிறது. அது அப்படியே நடக்கட்டும். அதைக் தவிர்க்க வேண்டாம். நான், எனது பயிற்சியை காலை ஆறுமணி முதல் ஒன்பது வரை என்று இரண்டு நாட்களுக்கு நடத்திக் கொள்கிறேன் என்றேன்.

சம்மதித்தார்கள். வந்தார்கள். திட்டமிட்டுக்கொண்டதுபோல காலை ஆறு முதல் ஒன்பதுவரை பயிற்சி சிறப்பாக நடந்தது. பயிற்சி முடித்து காலை உணவு சாப்பிட்டுவிட்டு 9.30 க்கு அலுவல் பார்க்கப் போய்விட்டார்கள்.

பயிற்சியில் கலந்து கொண்ட அலுவலர்கள் பகிர்ந்து கொண்ட ஒரு தகவல் ஒரு புதிய புரிதலைக் கொடுத்தது.

அவர்கள் வழக்கமாக பிரயாணத்துக்கு எடுத்துக்கொள்ளும் நேரத்தை காட்டிலும் அந்த இரு நாட்களிலும் பாதி அளவு நேரத்திலேயே அவர்களால் அலுவலகம் வரமுடிந்தது என்பதை அவர்களே வியப்புடன் கவனித்திருக்கிறார்கள். பகிர்ந்துகொண்டார்கள்.

அவர்கள் குடியிருக்கும் இடத்தில் மாற்றம் இல்லை. வந்து சேர்ந்த அலுவலகம் இருக்கும் இடத்திலும் மாற்றமில்லை. பிரயாணம் செய்த அலுவலர்களும் அதே. அவர்கள் பயன்படுத்திய வாகனங்களும் அதே. ஆனால், ஆன நேரம் பாதி மட்டுமே. இது எப்படி சாத்தியமானது?

காலை ஐந்து மணிக்கு வீட்டிலிருந்து கிளம்பியதால் சாலைகளில் போக்குவரத்து குறைவு. அதனால் வேகமாகவும் முன்னதாகவும் அவர்களால் வரமுடிந்திருக்கிறது.

கிளம்பும் இடம், சேருமிடம், பிரயாணப்படும் நபர் மற்றும் அவரது வாகனம் போன்றவை தவிர, தவிர கிளம்பும் நேரம் என்பதும் ஒரு முக்கிய வேறுபாடு (வேரியபிள்- variable). அங்கே ஒரு பெரிய லட்டு போன்ற சந்தர்ப்பம்/வாய்ப்பு இருந்திருக்கிறது. அன்றுதான் உணர்ந்திருக்கிறார்கள்.

தெருக்களில் மற்றும் பொது இடங்களில் நடமாடும் சில வெளிநாட்டவர்களைச் சந்தித்திருப்பீர்கள் அல்லது பார்த்திருப்பீர்கள். அவர்களில் சிலர் அணிந்திருக்கும் ஆடைகள் மிக விலை மலிவானவை.

சாதாரண ஜிப்பா மற்றும் கால் சட்டை அணிந்த ஆண்கள். நம்மூர் பருத்தி சுடிதார் அணிந்த பெண்கள். கால்களில் ரப்பர் சிலிப்பர்கள்.

உடைகளைப் பொறுத்தவரை அவர்களுக்கு செலவு மிகவும் குறைவு. அப்படிப்பட்ட அவற்றை அணிந்து கொண்டு அவர்கள் சௌவுகர்யமாக மட்டுமல்ல, சந்தோஷமாகவும் சுற்றி வருவதைப் பார்த்திருக்கலாம்.

அப்படியென்றால் விலை உயர்ந்த உடைகளை சௌகரியத்துக்காக அல்ல அவற்றின் மூலம் மட்டுமே சௌகர்யம் கிடைத்துவிடாது. விலையில் இல்லை சௌகர்யம்.

இரண்டேகால் கோடி ரூபாய்க்கு பெரிய கார் இருக்கிறது. பென்ஸ் கார். தொன்னூறு லட்சத்துக்கும் கார் இருக்கிறது. ஜாகுவார் கார். அதே சந்தையில் எட்டு லட்சத்துக்கும் கார் கிடைக்கிறது. மாருதி டிசையர்.

வசதிகளில் வித்தியாசம் உண்டுதான். அதற்காக விலைகளில் வேறுபாடு இவ்வளவா? இருபத்தைந்து மடங்கா வேறுபாடு கொடுக்கவேண்டும். அதில் போவதால் சென்னை போன்ற நகரங்களில் விரைவாக போய் விடமுடியுமா? அல்லது கூடுதல் நபர்களை அழைத்துக்கொண்டு போகமுடியுமா?

இந்தப் பணம் ஒன்றுமேயில்லை. என்னிடம் கொட்டிக்கிடக்கிறது என்பவர்களுக்கு மட்டும் சரி. மற்றவர்களுக்கு?

பின்பு ஏன் விலையுயர்ந்த பொருட்கள், அணிகலன்கள், ஆடைகள், வாகனங்கள்?

அவை நமது திருப்திக்காக. நானும் வசதியானவன் என்று காட்டிக் கொள்வதற்காக. விலை உயர்ந்த கார்கள், போன்கள், பேனாக்கள், கடிகாரங்கள், நகைகள் பிற அணிகலன்கள் என்ற போலவும், அவை பெற்றுத் தரும் என்று நம்பப்படுகிற ‘ஸ்டேட்டஸ்’காக வாங்கப் படுகின்றன.

சுலபமாக, செலவைக் கட்டுப்படுத்த இந்தப் புரிதல் உதவும்.

முதல் நாள் படம், சமீபத்திய போன், பெரிய கார், விலை உயர்ந்த ஆடைகள், நகைகள் எல்லாம் வசதி அளவில் பெரிய மாற்றம் தருவன அல்ல, அந்த மாற்றங்கள் அவசியமும் இல்லை,

அவையெல்லாம் நினைப்பு மற்றும் எதிர்பார்ப்பு சார்ந்தவை. அதற்காகவா அவ்வளவு செலவு?

வெளியில் இருப்பது விலைகள் வாடகைக் கட்டணங்கள். எல்லாம் ‘எக்ஸ்டர்னல்’ விஷயங்கள். மனதுக்குள் இருப்பவை எண்ணம், எதிர்பார்ப்பு, திருப்தி. இவையெல்லாம் இண்டர்னல் விஷயங்கள்.

வெளியில் இருக்கும் கட்டணங்கள், விலைகள் போன்றவற்றை நம்மால் மாற்ற முடியாது. அவற்றின் மீது நோ கண்ட்ரோல். ஆனால், உள்ளே இருப்பது நம் கட்டுப்பாட்டில். அதை மாற்றிக்கொள்ள முடியும்.

{ 24 }

வை ராஜா வை

நிறுவனம் ஒன்றின் ரிவ்வியு கூட்டத்துக்குப்பின் அதிகாரியாகப் பணியாற்றும் துடிப்பான இளைஞர் ஒருவரிடம் பேசிக் கொண்டிருந்தேன். அப்போது அந்த அதிகாரியின் நண்பர் அவரைப் பற்றி வேடிக்கையாகக் குறிப்பிட்டது எனக்கு அதிர்ச்சியாக இருந்தது.

நண்பர் சொன்ன விஷயம், அந்த இளைஞர் பெயர் குமார் என்று வைத்துக் கொள்வோம்- இணையத்தில் சீட்டு விளையாடுகிறார் என்பதுதான்.

இதிலென்ன பெரிய அதிர்ச்சி? பலரும் செய்வதுதானே என்று கேட்கலாம்.

நானும் பார்த்திருக்கிறேன். சில அலுவலர்கள் இணையத்தில் அவர்களே அவர்களுடன் சீட்டு விளையாடுவார்கள்.

ஆனால், குமார் விளையாடுவது சும்மா பொழுதுபோக்குக்காக விளையாடும் ஆட்டம் அல்ல. காசு கட்டி விளையாடும் ரம்மி.

பல்வேறு சூதாட்டங்கள் தடை செய்யப்பட்டிருந்த போதும், இந்த ரம்மி என்பது தடைசெய்யப்படவில்லை என்பதும், இது திறன் சார்ந்த விளையாட்டு என்று நீதிமன்றம் சொல்லியிருப்பதும் ஆச்சரியம் அளிப்பவை.

ஆக, இதை விளையாட சட்டப்படித் தடை இல்லை.

மாலை நேரங்களில் இணைய தளங்களில் 'மேய்ந்து' கொண்டிருக்கும் நேரம் அதுவாக முளைத்து, வா வா என்று அழைக்கும் பல்வேறு விளம்பரங்களில் இந்த ரம்மி ஆட்டமும் ஒன்று.

தனியே இருக்கிறோம். போரடிக்கிறது. விளையாட அழைப்பு. நுழைவுக் கட்டணம் பெரிதாக ஒன்றும் இல்லை. சும்மா ஆடிப் பார்கலாமே என்று தோன்றுவது இயற்கை.

இரண்டு ஆண்டுகளுக்கு முன்பு குமாருக்கும் அப்படித்தான் அறிமுகம் ஆனது ரம்மி.

கடற்கரையில், திருவிழாக்களில் பல விளையாட்டுகள் இருக்கும். ஒரு அட்டை முழுக்க, ஊதி கட்டி வைக்கப்பட்டிருக்கும் வண்ண வண்ண பலூன்கள். பத்து ரூபாய் கொடுத்தால் துப்பாக்கியில் ரவை போட்டு மூன்று முறை சுடலாம். சரியாக பலூனைச் சுட்டால் காசு.

அல்லது சோப்பு, பிஸ்கெட், பிளாஸ்க், செண்ட் பாட்டில் போன்றவை மேசைகள் மீது தள்ளி தள்ளி வைக்கப்பட்டிருக்கும். 50 ரூ கொடுத்தால் மூன்று வளையங்கள் தருவார்கள். குறிப்பிட்ட தூரத்தில் இருந்துதான் வளையத்தை வீசவேண்டும். எந்தப் பொருள் நாம் வீசும் வளையத்துக்குள் சிக்கினாலும், அந்தப் பொருள் நமக்கே. இலவசமாக.

அவற்றை எல்லாம் முயற்சிக்கலாமே என்று தோன்றும்தான். முதல் 10 அல்லது 50 ரூபாய் வீணாததும் போதும் என்று திரும்பி விடுகிறவர்கள் உண்டு. மேலும் மேலும் முயற்சிப்பவர்களும் உண்டு.

காலம் மாறிவிட்டது. சென்னை போன்ற நகரங்களில், 'மால்' களில், குழந்தைகள் விளையாடுவதற்கென்றே செண்டர்கள் உண்டு, ஃபுட் கோர்ட் போல. அதில் ஒரு ஐயிட்டமாக இப்படிப்பட்ட விளையாட்டுகள் வேறு வடிவத்தில் இருக்கும்.

50 ரூ கட்டினால் ஒரு முறை ஹேண்டிலைப் பயன்படுத்தி, அந்த கண்ணாடிப் பெட்டிக்குள் கிடக்கும் அழகிய டெடி பேஃர் பொம்மையை எடுத்துக்கொள்ளலாம்.

பார்க்க சுலபமாக இருக்கும். அதை எடுக்க ஒரு குறிபிட்ட டெக்னிக் இருப்பது போலவும், அது நமக்குத் தெரியும் போலவும் தோன்றும்.

அங்கே போனதற்கு தண்டனையாக அல்லது Fun க்காக ஒரு 50 ரூபாய் சரி. அதன்பின், 'அதெப்படி எடுகிற மாதிரி வைப்பான்?' என்று சலித்துக்கொண்டு வெளியேறிவிட்டால் பரவாயில்லை. 'இந்த முறை தவறிவிட்டது. அடுத்த முறை கட்டாயம் எடுத்துவிடுவேன்' என்று சிலர் களம் இறங்கிவிடுவார்கள். ஆமாம் களம் இறங்கி... 'விடுவார்கள்' பர்சில் இருக்கும் கணிசமான பணத்தை.

குதிரைப் பந்தயம் ஆடும் பெரும்பாலானவர்களுக்கும் இதே நினைப்பு தான். தனக்கு எதோ தெரியும் என்பது போலவே எண்ணி, தோற்கும்

பணம் குறித்து கொஞ்சமும் வருத்தப்படாமல், அடுத்து அடுத்து என முயற்சி செய்துகொண்டே இருப்பார்கள்.

எல்லாவற்றிலும் ஒரே சிக்கல்தான். ஆரம்பித்துவிட்டால் விட முடியாது. இதோ அடுத்தது கிடைத்துவிடும் என்று செல்போனில் ஆடும் விடியோ கேம் விளையாட்டைப் போல, தொடர்ந்து நினைக்க வைக்கும், ஆட வைக்கும். உள்ளே இழுத்துப் போகும். திரும்பி வருவது சிரமம்.

பங்குச் சந்தையிலும் இது நடக்கிறது. நல்ல நிறுவனப் பங்குகளாக தேர்வு செய்து வாங்கி வைத்துக்கொண்டு இருப்பதை செய்யாமல், 'நான் கண்டுபிடித்துவிட்டேன்' என்று பெருமையாக எதையாவது வாங்கி, அதை விற்று, வேறு எதையாவது வாங்கி, அடுத்தது வாங்க காசு போதாமல் ஏற்கனவே வாங்கி கொஞ்சம் விலை குறைந்திருப்பதை, 'பரவாயில்லை' என்று விற்று...

இப்படியே தினசரி வர்த்தகத்துக்குள் அவர்களை அறியாமலே அமிழ்ந்துவிடுவார்கள்.

இவையெல்லாம் சூதாட்டம்தானே என்று கேட்டால், சேச்சே! திறமையிருந்தால்தான் இவற்றில் ஜெயிக்க முடியும். எனக்கு இருக்கிறது. எப்படியும் கிடைத்துவிடும் என்று நம்புவார்கள்.

தான் ரம்மி விளையாடுவதைப் பற்றி இயல்பாக பேசிய குமாரிடம் மெல்ல மெல்ல அவர் போக்கிலேயே போய், விவரம் கேட்டேன். அப்படியே அதிர்ந்துபோனேன்.

நல்ல நிறுவனத்தில், நல்ல வேலையில் இருக்கும் நன்கு படித்து திருமணம் ஆகி நாலு வயதில் ஒரு பையன் இருக்கும் குமார்,

- கிட்டத்தட்ட தினமும் ரம்மி விளையாடுகிறார்.
- அவர் இதை ஒரு தவறு என்று நினைக்கவில்லை.
- அநேகமாக நாலுக்கு ஒருமுறை ஜெயிக்கிறார். (நாலுக்கு மூன்று முறை இழப்புதான்).
- இதுவரை இழந்திருக்கும் தொகைக்கு அவர் கணக்கு வைத்திருக்கவில்லை.
- அவர் என்னிடம் ஒப்புக்கொண்ட நஷ்டம் சுமார் இரண்டரை லட்சமாக இருக்கலாம்.
- அவரால் அவர் விட்ட தொகையை மட்டுமல்ல, அதைக் காட்டிலும் கூடுதல் தொகையே சம்பாதிக்க (!) முடியும் என்று நினைக்கிறார்.

- அவரால் விளையாடாமல் இருக்க முடியவில்லை.

அவரைப் பற்றி கிடைத்த மேல் விவரங்கள் : அவர் அதிகம் செலவழிப்பவரல்ல. அவர் காசு வைத்து விளையாடுகிறார் என்பது அவரது மனைவிக்குத் தெரியாது.

அட்டைப் பூச்சி தெரிந்திருக்கலாம். நகர்புறங்களில் பார்க்க இயலாது. மரங்கள் அதிகம் இருக்கும் இடங்கில் குறிப்பாக மழைக்காலங்களில் முயன்றால் பார்க்கலாம்.

கட்டை விரல் அளவுதான் இருக்கும் பழுப்பு அல்லது கருப்பு நிறம். தரையில் ஊர்ந்துகொண்டிருக்கும். அதன் அருகில் மிருகங்கள் எது போனாலும் அல்லது படுத்திருந்தாலும் அல்லது காலில் செருப்பு போடாத மனிதர்கள் அதன் அருகில் போனாலும், உடனே ஒட்டிக் கொள்ளும். அதன் ஒட்டுதல் மிகவும் இறுக்கமாக இருக்கும். அதனால் தான் அதற்குப் பெயரே அட்டை.

அட்டை ஏன் வேறு எதன் மீதோ ஒட்டிக்கொள்கிறது? மற்ற மிருகங்களின் ரத்தம்தான் அதன் உணவு. ரத்தம் குடிக்க நம்மை கொசு கடித்தால், சுரீரென்று வலிக்கும். உடனே அதை அடிப்போம். அட்டை செய்வதும் அதைத்தான். ஆனால், அது கடிப்பதோ, அது ரத்ததை உறிஞ்சுவதோ கடிபடும் மிருகத்துக்கு தெரியாது.

காரணம், அதன் வாயில் இருந்து வரும் உமிழ்நீர் அப்படி. ஒரு நல்ல லோக்கல் அனஸ்தீஷியா போல. கடி வாங்குபவருக்கு வலி தெரியாது. ரத்தம் உறிஞ்சப்படுவதும் தெரியாது. அந்தப் பகுதி மரத்துவிடும். அதனால் அதைத் தட்டிவிடவோ அடிக்கவோ மாட்டார்.

எங்கோ உழைத்து, திறமை காட்டி சம்பாதிக்கும் பணத்தை சிலர் இப்படிப்பட்டவற்றில் தொடர்ந்து இழந்து வருகிறார்கள். ‘அட்டைபூச்சி கடி’ போன்ற இவற்றால் ஏற்படும் நஷ்டம் இவர்கள் உணராதது. தாங்கள் இழக்கிறோம், தொடர்ந்து இழக்கவே போகிறோம் என்று உணராதவர்கள்.

தொட்டுவிட்டாலே ஒட்டிக்கொள்ளும் இவையும் மதுப்பழக்கம், சிகரெட், பான்பராக் போன்றதுதான். குடும்பத்தின் பொருளாதார ஆரோக்கியத்ததைச் சீர்குலைத்துவிடும்.

{ 25 }

எதில் மகிழ்ச்சி?

தனியார் தொலைக்காட்சி நடத்தும் விவாத நிகழ்ச்சி ஒன்றுக்கு சிறப்பு விருந்தினராக அழைத்திருந்தார்கள். விவாதம் நமக்கு நெருக்கமான, இந்தப் புத்தகத்தில் பார்த்துக்கொண்டிருக்கும் பணம் குறித்துதான்.

ஒரு பக்கம் தாராளமாக செலவு செய்பவர்கள். மற்றொரு பக்கம் சிக்கனமாக வாழ்பவர்கள்.

தாராளமாக செலவு செய்கிறவர்கள் எதற்கெல்லாம் எவ்வளவு செலவு செய்கிறார்கள் என்று தெரிய வந்தபோது வியப்பாக இருந்தது.

மிக அதிகமான எண்ணிக்கையில் அணிகலன்கள் (600 ஜோடி தோடுகள், 10 ஜோடி காலணிகள்), மற்றும் எலெக்ட்ரானிக் உபகரணங்கள் வைத்திருப்பதாக சிலர் சொன்னார்கள். அதிகம் செலவாகும் விளையாட்டுகள், சுற்றுலா போன்றவற்றில் மகிழ்ச்சி காண்பதாக வேறு சிலர் தெரிவித்தார்கள். 7000 ரூபாய்க்கு ஒரு குப்பி (கப் கூட அல்ல) காபி குடித்ததாகவும் கூட ஒருவர் சொன்னார்.

அங்கே கூடியிருந்தவர்களில் அதிகமானவர்கள் தெரிவித்தது நண்பர்களுடன் பார்ட்டி போன்ற அவ்வப்போழுதே கரைந்துபோய்விடக் கூடிய செலவுகளைத்தான்.

சிக்கனம் பிரிவில் இருந்தவர்கள் சொன்னவற்றிலும் ஒரு சில வியப்புக்கு உரியதாகத்தான் இருந்தது.

தாராளமாக செலவு செய்கிறவர்கள் பக்கம் இருந்து ஒருவர் சொன்னது, நான் செலவு செய்யும் பணத்தால் எனது நண்பர்கள் வட்டம் பெருகி அதன் மூலம் வியாபார வாய்ப்புகள் கிடைத்தது.

விவாதத்தை நெறிப்படுத்துபவர் என்னிடம் இவை குறித்து கருத்து கேட்டார். நான் சொன்னேன், உலகின் மிகப்பெரும் பணக்காரரான வாரன் பஃபெட், அவரே சம்பாதித்த பணம், 70 பில்லியன் அமெரிக்க டாலர்கள். ரூபாய் மதிப்பில், 4 லட்சத்து 70 ஆயிரம் கோடி. அவ்வளவு சம்பாதித்த அவர் இன்னமும் அவர் 1956-ல் வாங்கிய ஐந்து பெட்ரூம் வீட்டில்தான் வசிக்கிறார்; அவருக்கென்று சொந்த விமானம் இல்லை. பொது விமானங்களில்தான் பயணம் செய்கிறார்.

தொடர்ந்து சொன்னேன், அவர் அமெரிக்கர். அவர் மட்டுமல்ல. இந்தியாவில் வாழும் இன்ஃபோசிஸ் நிறுவனம் தொடங்கிய நாராயண மூர்த்தி என்ற மல்டி பில்லியனரும் கூட அப்படித்தான் எளிமையாக வாழ்கிறார். படோடபம் இல்லை. தேவைகளுக்கு மட்டும் செலவு செய்கிறார். அப்பறம், அதிகம் செலவு செய்தால்தான் நட்புவட்டமும் பிஸினஸும் பெருகும் என்றெல்லாம் இல்லை என்றேன்.

அடுத்து மற்றொரு சிறப்பு விருந்தினராக வந்திருந்தவரிடம் அவரது கருத்துகளை கேட்டுவிட்டு, மீண்டும் என்னிடம் நெறியாளர் கேட்டார், ''வாரன் பஃபெட் மற்றும் நாராயணமூர்த்தி பற்றிச் சொன்னீர்கள். என்னுடைய கேள்வி, அவ்வளவு பணம் சம்பாதித்துவிட்டு அவர்கள் ஏன் அப்படி வாழ்கிறார்கள்? அந்தப் பணத்தை என்னதான் செய்வது? பிறகு எதற்கு சம்பாதிப்பது?

வாரன் பஃபெட் அவரது சொத்தில் பெரும்பகுதியை தர்ம காரியங்களுக்கு எழுதி வைத்திருக்கிறார். குறிப்பாக பில்கேட்ஸ் மற்றும் அவரது மனைவியினால் நடத்தப்படும் பில் அண்ட் மெலிண்டா பவுண்டேஷனுக்கு 37 பில்லியன் டாலர் (2 லட்சத்து 51 ஆயிரத்து 600 கோடி ரூபாய்) உயில் எழுதி வைத்திருக்கிறார். மேலும் ஒவ்வொரு ஆண்டும் வெவ்வேறு சேவை அமைப்புகளுக்கு தொடர்ந்து தானம் செய்கிறார்.

அவர் படோடபமாக வாழாதது மட்டுமல்ல. அவரது வாரிசுகளுக்கு அவரது சொத்தில் மிகச் சிறிய பகுதியை மட்டுமே கொடுக்க விருக்கிறார். வாரிசுகளும் அதை ஏற்றுக்கொண்டிருக்கிறார்கள்.

வாரன் பஃபெட் அமெரிக்கர். நாராயணமூர்த்தி கர்நாடகாவைச் சேர்ந்தவர். நம் மாநிலத்தை சேர்ந்த ஒருவர், அதுவும் சமீபத்தில் மறைந்த ஒருவர் கூட அப்படிப்பட்டவர்தான் என்பது இப்போதுதான் நினைவு வருகிறது.

கோயில்பட்டியில் மாபெரும் பரப்பில் அமைந்திருக்கும் மிக நல்ல பொறியியல் கல்லூரியை தொடங்கி அற்புதமாக நடத்தி வந்தவர் அவர். அவரது சொத்து மதிப்பு சாதாரணமாக சில நூறு கோடி ரூபாய் இருக்கலாம்.

ஆனால், கடைசிவரை அவர் வாழ்ந்த வீடு சாதாரண வீடுதான். அவரது உடை, போக்குவரத்து எல்லாம் மிக எளிமையனவை.

ஆண்டு முழுக்க கடிது உழைத்துவிட்டு கிடைக்கிற பணத்தில் வெளிநாட்டு பயணம், விலையுயர்ந்த ஆடைகள், கார்கள் பரிசு மிகப் பெரிய செலவுகள் செய்து மகிழ்ச்சி பெற்றுவிடலாம் என்று சிலர் நினைக்கிறார்கள்.

கணவன், மனைவி இருவரும் சம்பாதிக்க வேலைக்குப் போய்விட்டு, பெற்ற குழந்தையுடன் நேரம் செலவழிக்க முடியாமல் அதை ஈடுகட்ட விலையுயர்ந்த விளையாட்டு பொருட்களை வாங்கிக்கொடுத்து அதில் மகிழ்ச்சி கிடைத்துவிடும் என்று நம்புகிறார்கள்.

சிக்கனமாக வாழ்பவர்கள் மகிழ்ச்சியாக வாழவில்லையோ என்று எதிர்தரப்பினருக்கு சந்தேகம் இருக்கலாம். அதை அந்த நிகழ்ச்சியில் சிலர் தெரிவிக்கவும் செய்தார்கள்.

இரு சாராருமே இந்த சமயம் மகிழ்ச்சியாகத்தான் வாழ்கிறார்கள். காரணம், மகிழ்ச்சி என்பது எல்லோருக்கும் ஒரே விஷயத்தில் ஒரே வழியில் கிடைப்பதில்லை.

எது மகிழ்ச்சி என்பதில் எல்லோரும் வேறுபடுகிறோம்.

எது மகிழ்ச்சி என்று மனது நம்புகிறதோ அதைச் செய்யும்போது மகிழ்ச்சி கிடைக்கிறது. செலவு செய்பவர்கள், செலவு செய்து மகிழ்ச்சி காண்கிறார்கள். சிக்கமானவர்கள், பணத்தை மீதம் செய்து மகிழ்ச்சியுறுகிறார்கள்.

ஆக, இரு சாராருமே மகிழ்ச்சியடைகிறார்கள் தானே! பிறகென்ன விவாதம் என்று தோன்றலாம்.

ஒன்றை கவனித்திருக்கலாம். 'இரு சாராருமே இந்த நிமிடம் மகிழ்ச்சியாகத்தான் வாழ்கிறார்கள்'.

சிக்கனமாக இருப்பவர்கள் அப்படியே இருந்து பழகிவிடுவதால் அவர்களிடம் பணம் சேரும். எதிர்காலத்தில் எதிர்பாராத பொருளாதார சிக்கல்கள் வந்தால் சமாளிக்கத் தேவையான பணம் அவர்களிடம் சேமிப்பாக இருக்கும்.

ஆனால், செலவழித்தே பழக்கப்பட்டவர்கள் நிலை?

விலை உயர்ந்த பொருட்கள், அதிக செலவாகும் பொழுது போக்குகளில் மட்டுமே மகிழ்ச்சி இருக்கிறது என்று நினைப்பவர்கள் அவை கிடைக்காவிட்டால் அல்லது அது அதிகரிக்காவிட்டால் துன்பப்படுவார்கள். சோர்வு, எரிச்சல், வெறுமை கொள்வார்கள்.

எதிர்பாராத பொருளாதார சிக்கல்கள் வந்தால் அதை எதிர்கொள்ள அவர்களிடம் சேமிப்பு இருக்காது. அதே சமயம் செலவழித்து பழகிப் போயிருந்ததால், செலவழிக்காமல் இருக்க இயலாது. செலவுகளைச் சுருக்கிக்கொள்ள முடியாது.

வரலாற்றைப் புரட்டிப் பார்த்தால் தெரியவருமே. நன்கு சம்பாதித்தும் எப்போதும் சிரம நிலையில் இருந்தவர்கள் எத்தனையோ பிரபலங்களே உண்டு அல்லவா?

கவியரசு கண்ணதாசன் சம்பாதிக்காததா... அல்லது நடிகையர் திலகம் சாவித்ரி சம்பாதிக்காததா... ஆனால் அவர்கள் பொருளாதார நிலை என்ன?

இவர்கள் மட்டுமில்லை. இப்படி இன்னும் எத்தனையோ நபர்களைச் சொல்லிக்கொண்டே போகலாம்.

அதனால் இவர்கள் ஒன்று சிரமப்படவேண்டும். அல்லது கடன் வாங்கிச் சமாளிக்க வேண்டும்.

தொடர்ந்து பெரும் செலவுகள் செய்கிறவர்களுக்கு இன்னொரு சிக்கலும் வரும். செலவு செய்து பழக்கப்பட்டவர்களின் குணம், போகப்போக முந்தையதைக் காட்டிலும் கூடுதலாகச் செலவு செய்தால் மட்டுமே திருப்தியுறும் என்ற ‘தொடர்ந்து வளரும் தேவை’ நிலைக்கும் போகும் ஆபத்தும் இருக்கிறது. அதற்குத் தீனி போட்டு மாளாது.

தற்போது வெளிநாட்டில் தலைமறைவாக இருக்கும் பெரும் கோடீஸ்வரர் விஜய் மல்லையாவின் நிலைக்கு என்ன காரணம்? அவர் தந்தை மறைவின்போது அவர் என்ன ஏழையாகவா இருந்தார். ஆனால் தற்போதைய நிலை?

அவரது ஆடம்பர வாழ்க்கை அவரை கொண்டுவிட்டிருக்கும் நிலை எப்படிப்பட்டது!

கோவில்பட்டி கல்லூரி தொடங்கியவர் சந்தோஷமாகவே, மனநிறைவுடனே வாழ்ந்திருக்கிறார். அவர் மட்டுமல்ல. அவரைப் போலப் பெரும் பணம் இருந்தும் படோடோபம் இல்லாமல் தேவை களை மட்டும் நிறைவேற்றிக்கொண்டு சந்தோஷமாக வாழ்ந்தவர்கள் உலகில் எவ்வளவோ பேர்.

வாரன் பஃபெட் சொல்வதைப் போல ‘உள்ளிருந்து எழுவதே மகிழ்ச்சி’ என்று புரிந்துகொள்பவர்கள் அதிக செலவில்லாத எளிய விஷயங்களில் கூட மகிழ்ச்சி காண்கிறார்கள்.

{ 26 }

பணம் சம்பாதிக்கும் வழிகளுக்கு குறைவொன்றும் இல்லை

நான் நடைப்பயிற்சிக்கு போகுமிடத்தில் பார்க்கும் சக நடையாளிகளில் ஒருவர் சில ஆண்டுகளாகவே என்னிடம் விடாமல் ஒரு கேள்வி கேட்டு வந்தார். என்னைப் பார்த்தும் அவர் கேட்கும் அந்தக் கேள்வி,

''எப்ப சார் மார்கெட் நல்ல நிலைமைக்கு வரும்?''

அவர் பணியாற்றுவது ஒரு பெரிய ஹவுசிங் புராஜெக்ட் கம்பெனியில். 2008 சப்பிரைம் பொருளாதார சுணக்கம் நிகழ்ந்த நேரம் அவர் பணியாற்றும் கட்டுமான நிறுவனம், சென்னையில், சில இடங்களில் பெரிய அடுக்கு மாடி குடியிருப்புகள் கட்டிக் கொண்டிருந்திருக்கிறது.

ரியல் எஸ்டேட் விலைகள் விழுந்து, டிமாண்ட் படுவேகமாகக் குறைந்து, வியாபாரம் ஆகவில்லை என்பது அவர்கள் நிலை. கட்டிய நூற்றுகணக்கான பிளாட்டுகள் விற்காமல் அப்படியே இருந்தன.

''எப்ப சார் மார்கெட் நல்ல நிலைமைக்கு வரும்?'' என்று அவர் இரண்டு மூன்று ஆண்டுகளுக்கு தொடர்ந்து கேட்டார். என்ன பதில் சொல்ல முடியும்? மார்கெட் நன்றாக இல்லாமல் இருந்த நேரம் அவை. தொடர்ந்து அப்படியேதான் இருக்கு, என்று சொல்லிவந்தேன்.

2017, 2018 லும் அவர் அதே கேள்வியைத்தான் கேட்டார். காரணம் அவர்கள் நிலைமையில் மாற்றம் இல்லை போலும். அப்படி அவர் கேட்பதும் நான் சமாதானமாக பதில் சொல்வதும் தொடர்ந்தது.

ஒருநாள் நான் சொன்ன பதிலைக் கேட்டு அவர் ஸ்தம்பித்து நின்று விட்டார். அந்த பதில், ‘‘மார்கெட் நல்லாத்தான் இருக்கு. வியாபாரம் ஆகிகிட்டுத்தான் இருக்கு’’

‘‘அப்படியா? எங்களுக்கு ஆகவில்லையே!’’

‘‘உங்களுக்கு வியாபாரம் ஆகாவிட்டால், மார்கெட் நன்றாக இல்லை என்று அர்த்தமா? வெவ்வேறு இடங்களில் வியாபாரம் நன்றாக ஆகிக்கொண்டுதான் இருக்கிறது. தொலைக்காட்சி விளம்பரங்களைப் பார்த்தால் தெரியவில்லையா?’’

அவர் வேலை செய்யும் நிறுவனத்தை பொறுத்தவரை மார்க்கெட் நன்றாக இருக்கிறது என்பது, அவர்களுக்கு வியாபாரம் ஆனால்தான். அவர்கள் அப்படி மனதை மாற்றிகொண்டதால் - பிக்ஸ் செய்து கொண்டதால்- அவர்களால் மாறிவிட்ட சூழ்நிலையை, நடக்கும் வியாபாரங்களைப் பார்க்க முடியவில்லை.

வியாபாரம் நடக்கிறது, அவர்கள் உணரவில்லை. அவர்களால் உணரமுடியவில்லை.

‘ஸ்டெப் கட்’ சிகை அலங்காரம், நீளமான காலர் வைத்த சட்டைகள், கணுக்காலில் பெரிதாக விரிந்திருக்கும் பெல்பாட்டம் பேண்டுகள் எல்லாம் 1980களில் பேஷன். ஆனால், இப்போது?

பூத்தொட்டி கவிழ்த்தது போல ஹேர் ஸ்டைல். இடுப்பில் நிற்காத கீழே வழியும் பேண்ட். இன்னும் என் போன்றவர்களால் உணர முடியாத சிலவும் இருக்கலாம்.

பெல்பாட்டம் பேண்டுகள் விற்பனை செய்துகொண்டு, வியாபாரம் எப்போது நன்றாக வரும் என்று கேட்டால் எப்படி?

முன்பெல்லாம் சென்னையில் ‘பர்சேஸ்’ என்றால் எல்லாமே பாரீஸ் கார்னரில்தான். தொடர்ந்து அங்கேயே கடையை வைத்துக்கொண்டு, மார்கெட் எப்போது நன்றாக வருமென்று காத்திருந்தால்?

வியாபாரம் நடக்காமலா இருக்கிறது? வேறு இடத்துக்கு அது நகர்ந்துவிட்டது. கூடவே நகர்ந்தவர்கள் அல்லது நகர்த்தியவர்கள் அங்கே சிறப்பாக வியாபாரம் செய்துகொண்டிருக்கிறார்கள்.

சென்னையில் முதல் மால், ஸ்பென்சர்ஸ். அடுத்து சிட்டி செண்ட்டர். அடுத்து எக்ஸ்பிரஸ் எஸ்டேட். அதன் பின் பீனிக்க்ஸ். பெரும் வியாபாரம் நடக்கும் இடம் மாறிக்கொண்டே இருக்கும். மாறுபவர்கள் தொடர்ந்து பெரும் வியாபாரம் செய்கிறார்கள்.

புதியபாதை திரைப்படம் வந்த போது பார்த்திபன் பெரிய ஹீரோ. அவர் படம் ஓடும். இப்போது குப்பத்து ராஜாவிலும் நானே ஹீரோ என்று அவர் சொல்லவில்லையே. ஜிவிபிரகாஷ் ஹீரோ. ஒப்புக் கொண்டால் பட வாய்புகள். நடிகர் கார்த்திக், பாக்யராஜ் போன்றோர் செய்ததும் அதைத்தானே.

எத்தனை படங்களில் ஜேம்ஸ்பாண்ட் ஜெய்சங்கர் கதாநாயகன்! அந்தக் காலம் போய்விட்டது. ஆனாலும் அவருக்கு வியாபாரம், வாய்ப்புகள் வேண்டுமென்றால், அவர் வில்லனாக நடிக்க ஒப்புக்கொள்ள் வேண்டும். செய்தார் அதன் பின் ஒரு சுற்று வந்தார். வியாபாரம் ஆனது.

இருந்த இடத்தில் இருந்துகொண்டு, செய்வதையே செய்துகொண்டு, உலகம் மாறவேண்டும் என்றால், அல்லது மாறாமல் அப்படியே இருக்கவேண்டுமென்றால் அது கேட்காது. யாருக்காகவும் நிற்காது.

வெவ்வேறு இடங்களில் வெவ்வேறு விதங்களில் ஹவுசிங் புராஜெக்ட்டுகள் வெற்றிகரமாக நடந்துகொண்டிருக்கின்றன. ஆனால் நாம் மேலே பார்த்த நபரின் நிறுவனம் சிக்கிக்கொண்டிருக்கிறது. அதனால் புதிய வாய்ப்புகளையும் இழந்துகொண்டிருக்கிறது.

தொலைகாட்சி சினிமாவைத் தின்றுவிடும் என்று அங்கலாய்த்துக் கொண்டிருந்தவர்கள் சிலர். அப்படியா, வாய்ப்பு அங்கே போகிறதா? நானும் அங்கே போகிறேன் என்று வேகமாக காலடி எடுத்து வைத்தவர்கள் இயக்குனர் திலகம் கே.பாலசந்தரும், தயாரிப்பு ஜாம்பவான் ஏவிஎம் போன்ற இன்னும் சிலரும். பாலு மகேந்திராவின் கதை நேரம் பெற்ற வரவேற்பு எவ்வளவு!

காமராவும் அதன் ஊடாய் என் பார்வையும் எனது பலம். அதை சினிமா மூலம்தான் காட்டுவேன் என்று அவர் 'பிக்ஸ்' ஆகிவிட வில்லை. அதே விஷயத்தை தொலைகாட்சி மூலம் காட்ட முடிந்தால் என்ன? அதில் பார்க்க ஏராளமானவர்கள் ஆயத்தம் என்றால் நான் அங்கே போவேன் என்று போனார், தொடர்ந்து வெற்றிபெற்றார்.

அச்சடித்த காதிதம்தான் பத்திரிகை. 1950-களில் இருந்தது போலவே செய்திகளை காதிதம் மூலமே சொல்வேன் என்று வெற்றிகரமான பத்திரிகைகள் 'சிக்கி'க் கொண்டிருக்கின்றனவா? இன்றைக்கு யுடியூபில் இல்லாத பத்திரிகைகள் குறைவு.

வீட்டிலேயே 'ட்யூஷன்' என்பது மாறி ட்யூஷன் செண்டர்கள் ஆனது பலருக்கும் தெரியும். வீட்டில் படிக்கும் வயதில் பிள்ளைகள் இல்லாதவர்களுக்கு தெரியாத விஷயம், அதே ட்யூஷன் எவ்வளவு

தூரம் மாறி, எவ்வளவு பெரிய வியாபாரமாக பணம் கொட்டிக் கொண்டிருக்கிறது என்று.

பைஜூ ரவீந்திரன் என்று சொன்னால் அவர் யார் என்று உங்களுக்குத் தெரியுமா?

2007 ம் ஆண்டு 'காமன் அட்மிஷன் டெஸ்ட்' எனப்படும் தேர்வாக சிரமம் கொடுக்கும் CAT தேர்வுகளில் நல்ல மதிப்பெண்கள் பெற உதவும் வழிமுறைகளில் பாடம் சொல்லிக்கொடுக்க ஆரம்பித்தவர் தான் பைஜூ ரவீந்திரன். அவரது தாய் தந்தை இருவருமே ஆசிரியர்கள். அவர் படித்தது தாய்மொழியான மலையாளத்தில்தான்.

இன்று இந்தியா மட்டுமல்லாது பல்வேறு நாடுகளில் இருக்கும் பள்ளிப் பிள்ளைகளுக்கு, அவர்களது பாடங்களை சுலபமாக புரிந்து கொண்டு தேர்வுகளில் சிறப்பான மதிப்பெண்கள் எடுக்க உதவும் ஆப் (App) கள் பல உருவாக்கி, சில நூறு கோடிகளுக்கு அதிபதியாக இருப்பவர். மாணவர்கள் சிரமம் என்று கருதும் கணிதத்தையும் அறிவியலையும் அனிமேஷன் மூலம் கற்றுத் தருவன அவரது ஆப்கள்.

அவரது BYJU'S-The Learning App பயன்படுத்தி படித்துக் கொண்டிருப்பவர்கள் எண்ணிக்கை கிட்டத்தட்ட 2 லட்சம்.

இப்பவெல்லாம் யார் ட்யூஷனுக்கு வருகிறார்கள் என்றோ, வந்தாலும் எவ்வளவு காசு கொடுத்துவிடபோகிறார்கள் என்றோ சிலர் நினைக்கலாம், வருத்தப்படலாம். ஆனால் அந்தத் தேவை இல்லாமலா போய்விட்டது? அதைப் பெறும் வழிமுறைகளில் மாற்றம் வந்திருக்கிறது. தங்கள் கையில் இருக்கும் ஸ்மார்ட் போன் மூலம் படிக்கிறார்கள். அவ்வளவுதான்.

பணம் சம்பாதிக்க எப்போதும் வழிகள் இருக்கின்றன. வாய்ப்புத் தரும் வகைகள் காலத்துக்கு காலம் அவை மாறலாம். ஆனால் குறையாது.

{ 27 }

நடக்கும் வாய்ப்பு குறைவுதான், ஆனாலும்...

கடைகளில், ஓட்டல்களில் கல்லாவில் உட்கார்திருக்கும் சிலர் செய்வதை நீங்களும் கவனித்திருக்கலாம். அந்த சிலர் வாடிக்கையாளர்கள் கொடுக்கும் ரூபாய்தாள்களை வாங்கி உடனே கல்லாப் பெட்டியில் போட மாட்டார்கள். வாங்கியதை மேசை மீது, அவர்கள் பக்கமாக வைத்துக்கொள்வார்கள். பில்லுடன் ஒப்பிட்டு கொடுக்க வேண்டிய மீதிப் பணத்தை எடுத்துக்கொடுத்து, வாடிக்கையாளர் வாங்கிக்கொண்டு நகர்ந்தபின்தான், அந்தப் பணத்தை கல்லாவில் போடுவார்கள்.

என்ன காரணம்?

பல வாடிக்கையாளர்கள் ஒருவர் பின் ஒருவராக ரொக்கம் கொடுக்கும் போது, வேறு கவனம் காரணமாக வாடிக்கையாளர் கொடுத்தது என்ன தாள்- டினாமினேஷன் -என்று தனக்கே சந்தேகம் வரலாம். அல்லது வாடிக்கையாளர் தெரிந்தோ தெரியாமலோ மாற்றிச் சொல்லலாம்.

ஒருவர் கொடுத்த பணம், அவருடனான பரிவர்த்தனை முடியும் வரை மொத்தப் பணத்துடன் சேராமல் தனியே மேசை மீது இருக்கும் பட்சம், அந்த சந்தேகம் இருவரில் எவருக்கு வந்தாலும் பிரச்னை இல்லைல். உடனே சரிபார்க்க முடியும்.

‘இதெல்லாம் கல்லாவில் புதிதாக உட்காருபவர்களுக்கு. நான் இருபது ஆண்டுகளாக கல்லாவில் உட்காருபவன். என்னிடம் அந்த தவறு நிகழ சாத்தியமேயில்லை’ என்று ஒருவர் நினைத்து, அப்படி தனியே

வைக்காமல் உள்ளே போடலாம். ஆனால், என்றாவது ஒருவர், அவர் கொடுத்தது பெரிய மதிப்புத்தாள் என்று தகராறு செய்தால், அதை நிரூபிக்கவோ, பிரச்னையைத் தீர்க்கவோ முடியுமா?

அப்படி ஒரு நிகழ்வு தினசரி நடக்காது என்று வாதிடலாம். அதே சமயம், அப்படி நடக்கவே நடக்காது என்றும் சொல்ல முடியுமா? நடந்துவிட்டால் சிக்கல்தான். அந்த, நடக்க வாய்ப்பிருக்கிற சிக்கலைத் தவிர்ப்பதற்காகத்தான் எப்போதும் அதை தவிர்க்கக்கூடிய ஒரு 'பழக்கத்தை' கடைப்பிடிப்பது.

அவர் ஒரு பெயர் தொழிலதிபர். ஒருமுறை அவசர வேலை காரணமாக சென்னையில் இருந்து திருச்சிக்குப் பக்கத்தில் இருக்கும் ஒரு ஊருக்கு காரில் போயிருக்கிறார். திரும்பி வரும் போது திடீரென அவரது கார் நிலை தடுமாறியது. காரணம், சாலையில் பதிக்கப் பட்டிருந்த ரிப்ளெக்ட்டரின் மீது கார் சக்கரம் வேகமாகப் போன போது, உடைந்து மேலே நீட்டிக்கொண்டிருந்த ரிப்ளெக்டரின் ஒரு கூரிய பகுதி ஒரு டயரை கிழித்துவிட்டதுதான்.

நல்ல வேகத்தில் போய்க்கொண்டிருந்த அவரது அதன் கார் காரணமாக எகிறி, மூன்று நான்கு முறை கட்டிக் கரணம் அடித்துப் பின் நின்றிருக்கிறது. வண்டியில் அவர் மட்டும்தான் இருந்தார். சாலை ஓரங்களில் இருந்து இந்த விபததைப் பார்த்தவர்கள் உதவிக்கு ஓடி வந்திருக்கிறார்கள்.

உள்ளங்கையில் இருந்து முழங்கை வரை அடி. ரத்தம் கொட்டுகிறது. மற்றபடி அவரே வண்டியில் இருந்து இறங்குகிறார். அவ்வளவு பெரிய விபத்துக்குப் பின் அவர் அவ்வாறு இறங்கியது பார்த்தவர்களுக்கு வியப்பளித்திருக்கிறது.

அவர் சொன்ன தகவல், ''என்னைக் காப்பாற்றியது, நான் அணிந்திருந்த சீட் பெல்ட்தான்''. அவருடன் பயணம் செய்யும் போது முன் சீட்டில் அமர்ந்திருந்தாலும் அவர் மனைவி சீட் பெல்ட் அணிவதில்லையாம். ''நல்ல வேளை இன்று என் மனைவி என்னுடன் வரவில்லை'' என்றார்.

அவர் வாழ்க்கையில், அவரது இருபது ஆண்டு கார் ஓட்டும் அனுபவத்தில் இதுதான் முதல் விபத்து.

இருபது ஆண்டுகளாக அவர் சீட் பெல்ட் அணிந்தே கார் ஓட்டியிருக்கிறார். பலமுறை அவர் மனைவி அவருடன் பயணம் செய்திருக்கிறார். ஒருநாளும் விபத்து நிகழவில்லை. அதனால் அவர் மனைவி சீட் பெல்ட் அணிவது அவசியமில்லை என்று நினைத்திருக்கிறார்.

அந்த தொழிலதிபர் இன்று உயிரோடு இருப்பதற்கு காரணம், அவரது சீட் பெல்ட் அணியும் பழக்கம்.

எப்போது யாருக்கு நடக்கும் என்று சொல்ல முடியாத ஒன்றின் பெயர்தான் விபத்து. கார் ஓட்ட ஆரம்பித்த முதல் பத்து ஆண்டுகளுக்குப் பின், தனக்கு நன்றாக கார் ஓட்ட வருவதாகக் கருதி, சீட் பெல்ட் அணிந்து ஓட்டுவது அவசியமில்லை என்றோ, அது ஒரு தேவையற்ற சிரமம் என்றோ அவர் விட்டிருந்தால், விபத்து நிகழ்ந்த அன்று அணிந்திருக்கமாட்டார்; பலமுறை குப்புறக் கவிழ்ந்த காரில் இருந்த அவர் மேலும் கீழுமாக வண்டியின் பல பாகங்களில் மோதி பெரும் பாதிப்புக்கு உள்ளாகியிருக்கலாம்.

அவசியம் ஏற்படாத நிலையிலும் சிரமத்தைப் பார்க்காமல் அவர் தொடர்ந்து செய்த ஒரு பழக்கம்தான் அவரைக் காப்பாற்றி யிருக்கிறது.

இது இரு சக்கர வாகனங்களில் பயணம் செய்வோருக்கும் பொருந்தும். கட்டாயம் ஹெல்மெட் அணியவேண்டும்.

சில மாதங்களாக தொடர்புகொள்ளாத அந்த நண்பர் பற்றிய நினைவு வந்து எங்கே ஆளையே காணோம். தொலைக்காட்சி நிகழ்ச்சிகளில் வந்து ஒரு அரசியல் கட்சி சார்பாக பேசுவாரே. சமீபத்தில் எந்த நிகழ்ச்சியிலும் வந்ததாகத் தெரியவில்லையே என்று நினைத்து அவரது செல் பேசி எண்ணில் அழைத்தேன்.

அழைப்பை ஏற்றுப் பேசியது, அவரது மனைவி. ''உங்களுக்குத் தெரியாதா? சார் போன பிப்ரவரி மாசம் இறந்துட்டாரே'' என்றார்கள். நம்பவே முடியவில்லை.

மிகத் துடிப்பான மனிதர். வசதியானவர். பலவற்றிலும் ஆர்வம் அதிகம். ஒருநாள் காலை எட்டு மணிக்கு வீட்டில் இருந்து மிக அருகில் இருக்கும் ஒரு கடைக்கு மோட்டார் சைக்கிளில் போயிருக்கிறார். அடுத்த தெருவில் திரும்பிய போது ஒரு சிறுவன் குறுக்கே வந்திருக்கிறான். அவன் மீது மோதாமல் இருக்க முயற்சித்து இவர் கீழே விழுந்துவிட்டார். தலையில் அடி. ஹெல்மெட் போட்டிருக்கவில்லை. ரத்தம் கொட்டியது.

வீட்டருகில் என்பதால் அவர் மனைவிக்கு 8.05க்கு தகவல் வந்து உடன் மிகப் பெரிய மருத்துவமனைக்கு கொண்டு சென்று ஐந்து நாட்களாகியும் நினைவு வராமல் இறந்துவிட்டார். பத்து ஆண்டுகளுக்கு முன்பு அவருக்கு பை பாஸ் அறுவை சிகிச்சை செய்திருக்கிறார்கள். அதன்பின் மருத்துவர் ஆலோசனையின் பெயரில் தொடர்ந்து,

ரத்தத்தை இலகுவாக்கும்' 'தின்னர்' மாத்திரை தொடர்ந்து சாப்பிட்டு வந்திருக்கிறார். அதனால் ரத்தப் போக்கு நிற்கவில்லை. அதனாலும் ஏற்பட்ட மரணம்.

வீட்டருகில் தானே, கொஞ்ச தூரம்தானே என்று அவசரத்துக்கு ஹெல்மெட் போடாமல் போனதற்கு இப்படியாகிவிட்டது.

சாவியோ பர்ஸோ மொபைல் போனோ வீட்டில், அலுவலகத்தில் எல்லாம் ஒரே இடத்தில் வைப்பவர்கள், அவற்றைத் தேடவேண்டி வராது. காரணம், எந்தச் சூழ்நிலையிலும், எந்தப் பதற்றத்திலும், எப்போதும் ஒரே போல செய்யும் பழக்கம் காரணமாக அவர்களால் நிச்சயமாக எங்கே வைத்தோம் என்று சொல்லமுடியும்.

இப்படித்தான் இங்கேதான் என்று பழக்கம் இல்லாதவர்களால் எங்கே வைத்தோம் என்று உறுதியாக சொல்ல முடியாது. அதனால் எல்லா இடங்களிலும் தேடவேண்டிய நிலையும் வேறு சிலரை சந்தேகப்படும் நிலையும் ஏற்படும்.

இளவயதினர் பலரும் அவ்வளவாக அக்கறை காட்டாதது காப்பீடு எனப்படும் இன்சூரன்ஸ் மீது. என் வயது குறைவுதானே. இது வேறு ஏன் அனாவசிய செலவு? ஏன் பல ஆண்டுகளுக்கு பிரிமியம் கட்டிக்கொண்டிருக்க வேண்டும் என்று நினைப்பார்கள். அல்லது எனக்கென்ன நான் நன்றாக ஆரோக்கியமாகத்தானே இருக்கிறேன் என்று நினைத்து ஆயுள் காப்பீடு எடுக்கமாட்டார்கள்.

20 ஆண்டு ஆண்டு அனுபவம் என்றாலும் ஹோட்டல் கேஷியருக்கு மேலே குறிப்பிட்ட பழக்கம் இல்லாவிட்டால் ஒரு நஷ்டம் ஏற்படலாம்; பல ஆண்டுகள் வண்டி ஓட்டி இருந்தாலும் அவர் கவனமாகவே ஓட்டினாலும் வேறு வெளிக் காரணங்களால் விபத்து ஏற்படாலாம்; அதுபோலவே ஆயுள் காப்பீடு எடுக்கதவர்களில் லட்சத்தில் சிலருக்கு அப்படி சிக்கல் வரும் சாத்தியம் இருக்கிறது.

சென்ற வாரம் மறைந்த நடிகர் ரத்தீஷ்ஷிடம் எவரேனும் ஐந்து ஆண்டுகளுக்கு முன்பு 'உங்களுக்கு ஆயுள் 46 ஆண்டுகள்தான்' என்று எவரேனும் சொல்லியிருந்தால் நம்பியிருப்பாரா?

நடக்கும் வாய்ப்புகள் குறைவுதான் என்றாலும், கொஞ்சம் வாய்ப்பிருக்கும் எந்த ஆபத்தையும் தவிர்க்க எப்போதும் கவனமாக இருப்பது புத்திசாலித்தனம்.

ஹெல்மெட் அணிவது, சீட் பெல்ட் அணிவது, காப்பீடு எடுப்பது எல்லாம் வீண் சிரமமோ செலவோ அல்ல.

பெரும் கடன் பெற்று வீடு வாங்குபவர், வீட்டுக்குக் காப்பீடு செய்வது, தனக்கும் குடும்பத்தினருக்கும் இளம் வயதிலேயே மெடிக்கல் இன்சூரன்ஸ் எடுப்பது எல்லாம் பயன்படாமல் போனாலும் போகும். அப்படிப் போனால் அதிர்ஷ்டம். ஆனாலும் செய்தே ஆகவேண்டிய செலவுகள்.

இவற்றில் மிச்சம் பிடித்து சாமர்த்தியம் காட்டவேண்டாம்.

{ 28 }

செலவல்ல, முதலீடு

பொறியியல் படிப்பு முடித்துவிட்டு சென்னையில் இரண்டு ஆண்டுகள் வேலை செய்து கொண்டிருந்த அந்த இளைஞரைச் சிறிது காலமாகவே எனக்குத் தெரியும்.

ஒரு வாரம் முன்பு அவரைப் பார்த்தபோது அவரிடம் கேட்ட கேள்வி, எங்கே சில மாதங்களாக கண்ணில் படவில்லை. ஏதும் வெளியூர் வேலையா?

அதற்கு அந்த இளைஞர் சொன்ன பதில் பலரிடமும் பகிர்ந்து கொள்ளப்பட வேண்டிய ஒன்று.

பொறியியல் படிப்பு முடித்து சென்னையில் நிறுவனம் ஒன்றில் வேலை செய்துகொண்டிருந்த போது GRE தேர்வுக்கு ஆயத்தம் செய்து, அதில் மிக நல்ல மதிப்பெண்கள் பெற்ற அவர், ஐதராபாத்தில் இயங்கும் ஒரு எம்.பி.ஏ. கல்லூரிக்கு விண்ணப்பித்து, அந்தப் படிப்பில் சேர்ந்திருக்கிறார். அவர் சேர்ந்தது ஓராண்டு போஸ்ட் கிராஜுவேட் புரோகிராம் (PGP) இன் மேனேஜ்மெண்ட். ஓராண்டு எம்.பி.ஏ. படிப்புக்கு ஒப்பு.

தான் பெற்றுக்கொண்டிருந்த மாத சம்பளம் ரூபாய் 40 ஆயிரத்தை விட்டுவிட்டு மேலும் வங்கியில் கல்விக் கடன் ரூபாய் 35 லட்சம் வாங்கி, அந்த ஓராண்டு PGP படிப்பு முடித்து இருக்கிறார்.

''ஓராண்டு படிப்புக்கு 35 லட்சமா?''

''படிப்புக்கு மட்டும்தான் அது. ஹாஸ்டலில் தங்க, மற்ற செலவுகளுக்கு கணக்குப் போட்டால் அவை இன்னும் ஒரு நாலு லட்சம் செலவாகி இருக்கிறது''

ஆக மொத்தம் ஓராண்டு 5 லட்சம் ரூபாய் சம்பளம் தந்துகொண்டிருந்த வேலையை விட்டுவிட்டு அந்த நேரத்தில் மேலும் 40 லட்சம் ரூபாய் செலவு செய்து, அப்படி என்ன படிப்பு அது! படிப்பு முடிந்த உடன் வேலை நிச்சயமாக கிடைக்குமா என்பது சிலரின் அடுத்த கேள்வியாக இருக்கும்.

கேட்காமலே அதற்கான பதில் கிடைத்தது. அந்தப் படிப்பின் இறுதித் தேர்வு எழுதியிருக்கிறார். முடிவுகள் வரவேண்டும். அதற்கு முன் அவருக்கு ஐந்து நிறுவனங்களில் இருந்து வேலைக்கு சேருங்கள் என்று சொல்லும் 'ஜாப் ஆஃபர்' கிடைத்திருக்கிறது.

''அந்த ஐந்தில் நான் தேர்வு செய்தது, பெங்களூரில் இருக்கும் ஒரு நிறுவனத்தை. அடுத்த மாதம் வேலையில் சேர இருக்கிறேன்''.

என்ன சம்பளம் என்று நான் கேட்கவில்லை.

ஆனால். அதை யூகித்துக்கொள்ளும்விதமாக அந்த இளைஞனின் தந்தை ஒரு தகவல் சொன்னார்.

''என்ன சார் பெரிய கடன். இனி அது அவனுடைய இரண்டு ஆண்டு சம்பளம்'' என்றார்.

கணக்குப் போட்டால் ஆமாம், ஓர் ஆண்டு சம்பளம் 20 லட்ச ரூபாய்.

மாதம் ஒரு லட்சத்து 66 ஆயிரம் ரூபாய்.

மாதம் 40 ஆயிரம் சம்பளத்தில் இருந்து நாலு மடங்கு தாவி ஒரு லட்சத்து 66 ஆயிரம் வாங்கும் நிலைக்கு உயர்ந்ததற்கு ஆன செலவு 35 லட்சம்.

35 லட்சம் செலவா? ஆமாம் அதைச் செலவு என்று சொல்ல முடியுமா?

இன்றைக்கு அந்த 26 வயது இளைஞர் தலையில் 35 லட்சம் கடன் வேறு. இது தேவையா என்று கேட்கலாமா?

செலவு தவறல்ல. அதிலும் கடன் வாங்கி செலவு என்றாலும் தவறல்ல. அது சரியான முதலீட்டுச் செலவாக இருந்தால். ஆம், அந்த இளைஞர் செய்திருப்பது முதலீட்டுச் செலவு.

அந்த இளைஞர் பொறியியல் படிப்பு படித்தது அதிகம் பிரபல மில்லாத கல்லூரியில்தான். படிப்பு முடித்து இரண்டு ஆண்டுகள்

அவருக்கு அதிக ஈடுபாடில்லாத துறையில்தான் வேலை செய்தார். சம்பளம் ஏதோ பரவாயில்லை ரகம்.

ஆனால். அவர் அதுதான் அவரது 'கேரியர்'. இனி அப்படியேதான் வாழ்க்கையில் மெல்ல மெல்ல நகரவேண்டும் என்று உட்கார்ந்து விடவில்லை. தொடர்ந்து தேடியிருக்கிறார். குறிப்பிட்ட கல்லூரி அங்கிருக்கும் படிப்புகள் பற்றித் தெரிந்துகொண்டிருக்கிறார். உடன் அந்தப் படிப்புக்குத் தேவைப்படும் நுழைவுத்தேர்வு மதிப்பெண் GRE / GMAT என்று தெரிந்துகொண்டு முழு மூச்சாக ஆயத்தம் செய்து, இடம் பெற்று சேர்ந்து படித்து முடித்துவிட்டார்.

எல்லா எம்.பி.ஏ. படிப்புகளும் இப்படிப்பட்ட வாய்ப்புகளை அள்ளித் தராது. காரணம், அந்தக் கல்லூரியின் பாடத் திட்டங்கள், உடன் படிப்பவர்கள், கல்லூரி வசதிகள் மற்றும் எல்லாவற்றுக்கும் மேலாக பாடம் சொல்லித் தருபவர்கள். அங்கே பேராசியர்களாக இருக்கும் சிலருக்கு ஆண்டு ஊதியம் சில கோடி ரூபாய்கள் என்றால் பார்த்துக்கொள்ளுங்கள்.

அப்படி ஒரு இடம், படிப்பைத் தேர்வு செய்து தனது ஓராண்டு காலத்தையும் 40 லட்ச ரூபாயையும் முதலீடு செய்திருக்கிறார்.

இது வேறு கல்லூரி, வேறு படிப்பு. புதிய வேலை, கூடுதல் சம்பளம்.

அவர் தந்தை சொன்னது, படிப்புக்கு வங்கிய கடன் இரண்டு ஆண்டில் முடிந்துவிடும் என்று. 40 ஆயிரம் ஊதியம் வாங்குகிறவருக்கு ஆண்டு ஊதிய உயர்வான இன்கிரிமெண்ட், 10 % என்றால் மாதம் நான்காயிரம் கூடுதலாகக் கிடைக்கும்.

ஆனால் அதே 10% ஊதிய உயர்வு என்பது 1.66 லட்சத்துக்கு 16 ஆயிரத்து 600. மாதா மாதம் சம்பள வித்தியாசம் ரூ. 12,600.

இப்படியே இனி வரும் ஆண்டுகளில் தொடர்ந்து அள்ளிக் கொடுக்கும். அவர் வண்டி மாறிவிட்டார். இனி அவரது வேகம் வேறு அளவுகளில் இருக்கும். அவரது 40 லட்ச முதலீடு இனி அவரது மீத வாழ்க்கை முழுக்க 'டிவிடெண்ட்' கொடுத்துக்கொண்டேயிருக்கும்.

படித்து மட்டுமே முதலீடு செய்ய முடியும்; வேண்டும் என்பதில்லை. இன்னும் சிலர் இருக்கிறார்கள். அவர்கள் வேலைக்குச் சேர்ந்த புதிதில், திருமணம் ஆவதற்கு முன்பு கிடைக்கும் வருமானத்தில் மிகக் குறைந்த அளவே செலவு செய்து மீதப் பணத்தை சீட்டுக் கட்டி அல்லது வேறு விதங்களில் சேமித்து, அது ஓரளவு சேர்ந்தவுடன் மேலும் கடன் வாங்கி, வீடு அல்லது பிளாட் வாங்கிவிடுவார்கள்.

வீடு பிளாட் வாங்குவது பெரும் செலவுதான். இளமையிலேயே கடன் வேறு. ஆனால் அந்த வீடு தனக்கு வாடகை மீதம் செய்து தரும் கூடவே அதன் விலை மதிப்பிலும் உயர்வு காணும். ஏற்கனவே சொந்த வீட்டில் இருப்பவர்களுக்கு வாடகை வருமானமும் விலை மதிப்பு உயர்வும் பெற்றுத் தரும்.

அதனால் அது முதலீட்டுச் செலவு.

கடனில் கார் வாங்கி வாடகைக்கு விடுவது, மாதம் ஒரு தொகை சிஸ்டமேட்டிக் இன்வெஸ்ட்மெண்ட் திட்டத்தில் (SIP) போட்டு வருவது போன்ற இன்னும் சில வகை முதலீட்டு செலவுகளும் உண்டு.

பொருளாதார நிலையில் ஓர் அளவில் ஆரம்பிப்பவர்கள் எல்லோரும் அதே அளவில் தங்கிவிடுவதில்லை. விவரமாக இருக்கும் சிலர் தொடந்து சிந்தித்து, வாய்ப்புகள் தேடி வேலையிலோ அல்லது வியாபாரத்திலோ அடுத்த அடுத்த நிலைகளுக்குப் போய்விடுகிறார்கள்.

பள்ளிக் கல்வி முடித்தவுடன் படிக்கும் முதல் கல்லூரிப் படிப்புடன் கல்வியறிவும் திறன்பெறுதலும் முடிந்துவிடவேண்டும் என்பதில்லை.

அதே வழியில் மேல் படிப்பு அல்லது, புதிய பாதைகளில் திறன் உயர்வு பெறலாம். பெறுகிறவர்கள் உயர்வடைகிறார்கள்.

கிடைக்கும் வருமானத்தில் சேமிப்பு செய்து மற்றொரு வருமானத்தை உருவாக்கிவிடுகிறவர்களும் உயர்வடைகிறார்கள்.

{ 29 }

நட்பு வேறு முதலீடு வேறு.

இப்போது நிலைமை மாறிவிட்டது. சில ஆண்டுகளுக்கு முன்பிருந்த நிலை வேறு. இடங்கள் நன்றாக விலை உயர்ந்துகொண்டிருந்த காலகட்டம் அது. மூன்று ஆங்கில எழுத்துகளை பெயராகக் கொண்ட ஒரு நிறுவனம் ரியல் எஸ்டேட் துறையில் மிக சுறுசுறுப்பாக இயங்கிக் கொண்டிருந்த நேரம் அது.

பலரையும் முகவர்களாக்கி, அவர்களுக்கு வேண்டியவர்களை கார், வேன்கள் வைத்து அழைத்துப் போய், அவர்களிடம் விற்பனை செய்து கொண்டிருந்த காலம்.

என் உறவினர் வீட்டில் குடியிருந்தனர் அந்த தம்பதியர். ஒரு நாள் போன் செய்து பார்க்க வருகிறேன் என்றார்கள். வந்தவர்கள், வந்ததில் இருந்து நான் வாங்கக்கூடிய இடங்கள் பற்றியே பேசினார்கள். விடவேயில்லை.

அந்த ஞாயிற்றுக்கிழமை காலையில் காரில் அவரும் அவர் மனைவியும். உடன் நானும் என் மனைவியும். வரும் வழியெல்லாம் பேசிக்கொண்டே வந்தார்கள். வேறு எதைபற்றியும் அல்ல. எல்லாம் அவர்கள் காட்டவிருந்த மூன்று இடங்கள் பற்றி மட்டுமே.

அவர்களுக்கு அவ்வளவு பேச வரும் என்பதே எனக்கு அன்றுதான் தெரியும். காரணம், அன்று அவர்கள் இருவர் பேச்சும் அவ்வளவு இணைவாக, சாமர்த்தியமாக இருந்தது.

திண்டிவனத்துக்குக் கொஞ்சம் முன்னால் ஓர் ஊருக்குள் போய் அங்கே ஓர் இடம். சுற்றிலும் சும்மா கிடந்த இடங்களுக்கு நடுவில் ஒரு பெரிய சதுர இடம் மட்டும் தனியே தெரிந்தது. முகப்பில் பெரிய வளைவு. அதில் அந்நிறுவனத்தின் பெயர். உள்ளே வீடுகளே இல்லை. ஆனால், படு கருப்பில் சாலைகள். பிளாட்டுகளின் ஓரங்களுக்கு வெள்ளை அடித்த செங்கல் பாத்திகள். சாலைகளுக்கு உத்தமர் காந்தி, நேரு என்று பெயர் பலகைகள். தவிர, பல்வேறு வண்ணங்களில் காற்றில் படபடத்துக்கொண்டிருந்த கொடிகள்.

மொத்தத்தில் அந்த இடம் ஏதோ பள்ளியின் குடியரசு தின விழா மைதானம்போலப் பளிச்செனவும் வண்ணமயமாகவும் இருந்தது.

வண்டியை வாசலில் நிறுத்தி, இறங்கச் சொல்லி இறங்கியதிலிருந்து யோசிக்கவே விடாமல் அவர்கள் இருவருமே மாறி மாறிப் பேசினார்கள். மீறி எதையாவது கேட்டுவிட்டால், அதற்கு மிக பாசிடிவாக ஐந்து நிமிடங்கள் பேசினார்கள்.

சும்மா பார்க்க வந்த நாங்கள், வாங்க முடிவு செய்துவிட்டது போலவே பேசினார்கள்.

அந்த இடத்துக்கு வெளியே அதிக ஆள் நடமாட்டமில்லை. அந்த ஊரில், இடத்தில் இடம் என்ன விலை போகிறது என்று தெரிந்து கொள்ள நான் முயற்சி செய்தேன். மாடு ஒன்றோடு நடந்து போன ஒருவரைப் பார்த்துவிட்டேன். அவரிடம் பேசலாம் என்று நகர்ந்து போனால் இவர்கள் விடவில்லை. அவர் கடந்து போய்விட்டார்.

மீண்டும் கார் பயணம். வழியில் ஓட்டலில் சாப்பாடு. அவர்கள்தான் காசு கொடுத்தார்கள். ஆனால், சாப்பிடும் நேரம் முழுவதும் கணவனும் மனைவியும் விடாது எப்ப அட்வான்ஸ் கொடுக்க முடியும் என்றே கேட்டார்கள்.

அந்த இடத்துக்கு அவர்கள் நிறுவனம் சொல்லும் விலை சரிதானா என்று தெரியவில்லை. அந்த இடமும் (ஊரும்) சென்னைக்கு வெகு தூரத்தில். சுற்றுவட்டத்தில் வேறு வீடுகளோ கடைகளோ இன்னபிறவோ இல்லை. எதைக் கேட்டாலும் ''வருகிறது, வருகிறது'' என்று சொன்னார்கள்.

பழக்கப்பட்டவர்கள் என்பதால் 'வேண்டவே வேண்டாம்' என்று முகத்தில் அடித்தது போலச் சொல்ல முடியவில்லை. தவிர, அப்படி சொல்லும்விதம் அவர்கள் அவர்களாகவேயோ கொடுக்கபட்ட (அற்புதமான) பயிற்சி காரணமாகவோ இடம் கொடுக்கவில்லை.

சாப்பாடு முடிந்து திரும்பும்போது ''என்ன ஆபீஸ் போய்விடலாமா? இன்று நல்ல நாள் அட்வான்ஸ் கொடுத்துவிடுங்களேன்'' என்றார்கள்.

சில லட்ச ரூபாய்கள் கொடுத்து வாங்க வேண்டிய இடம் குறித்த அடிப்படைத் தகவல்களை சரியாகவும், சரிபார்க்கும் விதமாகவும் சொல்லாமல், வெற்று உறுதிமொழிகள் கொடுத்தே, அட்வான்ஸ் கேட்கிறார்களே என்று கோபம் வந்துவிட்டது.

வேறுவழியின்றி இல்லை. 'வாங்குகிற யோசனை இல்லை' என்று சொன்ன பிறகு, அவர்கள் முகம் போன போக்கும், அதில் தெரிந்த ஏமாற்றமும், அதன் காரணமாக அவர்கள் அதன்பின் நடந்துகொண்ட விதமும் அதிர்ச்சியளித்தது.

''பாருங்கள். பிடித்தால் வாங்குங்கள்'' என்று தொடங்கி, பின்பு இப்படி முடிக்கிறார்களே! பழக்கம் இருப்பவர்களிடம் அதையே பயன்படுத்தி இப்படி வாங்கச் சொல்லி எதிர்பார்க்கிறார்களே... கட்டாயப்படுத்து கிறார்களே!! என்று வருத்தமாக இருந்தது.

ஒருவர் தெரிந்தவர், பழகியவர் என்பதற்காக, கூட விலை கொடுத்து, வேறுவிதங்களிலும் ஒத்துவராத ஒரு இடத்தை வாங்கமுடியுமா? வாங்கலாமா?

ஏன் அப்படிச் செய்தார்?

ஒரு பிரபல தனியார் வங்கியில் எனக்கு சேமிப்புக் கணக்கு இருக்கிறது. அந்த வங்கி குறிப்பிட்ட அளவுக்கு மேல் வர்த்தகம் கொடுக்கும் வாடிக்கையாளர்களுக்கு 'ரிலேஷன்ஷிப் மேனேஜர்' என்ற வகையில் ஒரு அதிகாரியை அறிமுகப்படுத்தி வைப்பார்கள். அவர் நாம் பணம் கட்ட, 'செக்' கை கணக்கில் போட, பணம் எடுக்க என்று சில உதவிகள் செய்வார்.

அப்படி எனக்கு 'ரிலேஷன்ஷிப் மேனேஜராக' இருந்தவர், சென்ற மார்ச் மாத இறுதியில் ஏதேதோ காரணம் சொல்லி நேரில் பார்க்க வருகிறேன் என்றார். அதற்கு என் தரப்பில் அப்போது அவசியம் இல்லை.

என்ன சொல்லியும் விடாமல் வந்தவர், யூலிப் போடுங்கள் என்றார். நாசுக்காக தேவையில்லை என்றேன். வேறு ஒரு இன்சூரன்ஸ் போடச் சொல்லி கேட்டார். மறுத்தேன். தொடர்ந்து கேட்டார். அவர் சொல்வது பற்றி எனக்குத் தெரியும். அது வேண்டாம் என்றாலும் விடாமல் வேறு வேறு விதங்களில் முயற்சி செய்துகொண்டே இருந்தார்.

ஏன் அவ்வளவு தூரம் வற்புறுத்தினார்?

எல்லாம் ஒரே காரணத்துக்காகத்தான். அவர்கள் நிறுவனங்கள் அவர்களுக்கு சில விற்பனை இலக்குகளை கொடுத்து, அதை குறிப்பிட்ட மாதத்துக்குள் அல்லது அந்த காலாண்டுக்குள் முடிக்கச் சொல்லி வற்புறுத்துகின்றன. அவற்றை முடித்தால்தான் 'வேரியபிள் பே'

எனப்படும் சம்பளத்தின் ஒரு பகுதியைக் கொடுப்பேன் என்கின்றன. வேறு சில நிறுவனங்கள், வேலையில் தொடர்ந்து இருப்பதற்கே குறிப்பிட்ட அளவு விற்பனை செய்யச் சொல்கின்றன.

அவர்களின் பணிபுரியும் விற்பனையாளர்கள், முகவர்கள் வேறு வழியின்றி, அவர்களுக்குத் தெரிந்தவர்கள் பழகியவர்களிடமும் விற்க முயல்கிறார்கள். நாம் மாட்டிக்கொள்கிறோம்.

காரில் போகும் போது சில சிக்னல்களில் தலைவாராத அழுக்கு உடையணிந்த சின்னஞ்சிறு பெண் குழந்தைகள் கையில் காரில் வைக்கக்கூடிய பொம்மைகளையோ அல்லது கண்ணாடி துடைக்கும் பிரஷ்சோ வைத்துக்கொண்டு கண்ணாடிக்கு வெளியில் இருது சைகை மூலம் வாங்கச் சொல்லி கேட்பார்கள்.

அவர்களைப் பார்த்தால் பாவமாக இருக்கும். பத்து ரூபாய் போனால் போகிறது என்று அதை வாங்கலாம். அப்படி வாங்காமல், வெறுமனே பத்து ரூபாய் தர்மம் கொடுப்பவர்களும் உண்டு.

அந்த பத்து ரூபாய் பொருள் வர்த்தகத்தில், பொருளின் தன்மையை பெறுமானத்தைக் காட்டிலும் பச்சாதாபமே முக்கிய பங்கு வகிக்கும். அதனால் பெரிய நஷ்டம் வந்துவிடாது. ஆனால், அதே போன்றதொரு உணர்வை, அவர்களுக்கு எப்படி 'முடியாது ' என்று சொல்வது என்று தயங்கி அதற்காக ஒரு 'பிளாட்'டோ இடமோ வாங்க முடியுமா?

முன்பு ஒரு நிறுவனத்தில் மனிதவளத்துறையில் பணியாற்றியபோது, டேக்சி காண்ட்ராக்ட் கேட்டு வந்திருந்த அந்நிறுவன முதலாளி, மற்ற நிறுவனங்கள் கொடுத்திருந்த கொட்டேஷனைக் காட்டிலும் கூடுதலாக கட்டணம் தெரிவித்திருந்தார்.

அவரிடம் உங்கள் கட்டணம் மற்றவர்கள் வழங்கத் தயாராக இருப்பதிக் காட்டிலும் கூடுதல் என்று சொல்லி மறுத்தபோது, 'நாங்கள் சில தர்மங்கள் செய்கிறோம்' என்று விளக்கத் தொடங்கினார்.

அவர்கள் உண்மையிலேயே தர்மம் செய்வதாக இருந்தாலும் அதற்காக எங்கள் நிறுவனம் டேக்சி கட்டணம் அதிகம் கொடுக்க முடியுமா? வேண்டுமானால் நாங்கள் தனியே தர்மம் செய்யலாம். அல்லது அவர்களது தர்மத்துக்கு என்று தனியே 'டொனேஷன்' தரலாம். ஆனால், அதை நினைத்து கூடுதல் கட்டணம் தர இயலாது என்று சொன்னேன்.

வியாபாரம் வேறு தர்மம் வேறு.

நட்பு வேறு, முதலீடு வேறு.

வேண்டுமானால் நேரடி பண உதவி கூட செய்யலாம். 'அவருக்கு உதவி' என்று நாம் தவறான முதலீடு செய்துவிடக்கூடாது.

என்னிடம் இடம் விற்க முயற்சி செய்தவர் சில மாதங்களிலேயே அந்நிறுவனத்தின் வேலையில் இல்லை. ஆனால், முகஸ்துதி பார்த்து அவர் காட்டிய இடத்தை நான் வாங்கியிருந்தால் இப்போது அது விலையும் உயராமல், விற்கவும் முடியாமல் போயிருக்கும்.

காப்பீடு எடுப்பது, பரஸ்பர நிதியில் பணம் போடுவது, ஏதோ தெரியாத இடத்தில் பிளாட் வாங்குவது எல்லாம் அதனதன் மதிப்பை ஆராய்ந்து செய்யவேண்டியவை. பிறருக்கு உதவி செய்வதற்காக அல்ல.

பச்சாதாபம், தர்மம், உதவி, முகஸ்துதி போன்றவை நல்ல குணங்கள் தான். ஆனால் அவற்றை வியாபாரத்திலும் முதலீட்டிலும் பார்க்க வேண்டாம்.

{ 30 }

கண்ணுக்குத் தெரியாதது, சிந்தனையில் வராது

அவருக்கு இப்போது வயது எழுபத்து ஏழு. ஆரோக்கியமாக இருக்கிறார். தனியார் நிறுவனம் ஒன்றில் வேலை பார்த்து பணி ஓய்வு பெற்று பதினேழு ஆண்டுகள் ஆகின்றன. ஓய்வூதியம் இல்லை. மருத்துவக் காப்பீடு ஏதும் அவரிடம் இல்லை.

இரண்டு மகன்களும் இரண்டு மகள்களும் நன்றாக இருக்கிறார்கள். ஆனால் அவர்களால் இவருக்கு நேரடி பொருளாதார உதவி இல்லை.

நீங்களும் அம்மாவும் எங்களோடு வந்து இருங்கள் என்கிறார்கள்தான். அது இவருக்கு ஒத்துவரவில்லை. அவருக்கு ரோஷம் கொஞ்சம் அதிகம்.

கையில் வைத்திருந்த சேமிப்பு, தற்போதும் அவர் படைப்புகளுக்கு கிடைக்கும் மதிப்பூதியங்கள் கொஞ்சம், பூர்வீக சொத்து விற்றதில் வந்த பணத்தை வங்கியில் போட்டு அதிலிருந்து வரும் வட்டி கொஞ்சம் என்று காலம் ஓடுகிறது.

பணியில் இருக்கும்போது வாங்கிய ஒற்றை படுக்கை அறை பிளாட் உபயத்தால் வாடகை இல்லை. மற்றபடி சாப்பாட்டுக்கு சிரமம் எல்லாம் இல்லையே தவிர, அவர் வசதியாக வாழ, எல்லாத் தேவை களுக்கும் தாராளமாக யோசிக்காமல் செலவு செய்யமுடியவில்லை.

அவரிடம் பேசிக்கொண்டிருந்த போது அவர் சொன்னது, ‘‘நானெல்லாம் இவ்வளவு நாள் வாழ்வேன் என்று நினைக்கவில்லை’’.

அதுதான் சொல்லவரும் விஷயம்.

இவ்வளவு நாள் வாழ்வேன் என்று நினைக்கவில்லை. அதே போல இவ்வளவு நாள் வாழாமல் போய்விடுவோம் என்றும் அவர் நினைக்க வில்லை. மொத்தத்தில் பணியில் இருந்த நேரம், பணம் சம்பாதித்துக் கொண்டிருந்த நேரம், வருங்காலம் குறித்து, பணிக்குப் பின்பான வாழ்க்கை குறித்து அவர் எதுவுமே யோசித்திருக்கவில்லை.

அந்த வாழ்க்கை குறித்து ஏதும் அவர் கவனத்துக்கு வரவில்லை.

மற்றொரு அறிமுகம் இருப்பவர். அவர் தமிழகத்தில் ஒரு பெரிய பொதுத்துறை நிறுவனத்தில் நல்ல வேலையில் இருந்தார். அவருக்கு சிங்கப்பூரில் வேலை கிடைத்தது. போனார். 15 ஆண்டுகள் நன்கு சம்பாதித்தார். திரும்ப வந்தார்.

வந்தபோது அவருக்கு வயது 60 தான். கை, கழுத்து என்று அவர் குடும்பம் மொத்தமும் சிங்கப்பூர் தங்கத்தால் மின்னியது. பொது வேலைகளில் ஈடுபட்டுக்கொண்டு, தாராளமாக செலவுகள் செய்து கொண்டிருந்தார்.

ஓராண்டுக்கு முன்பு சந்தித்தபோது, என்னிடம் வேலை கேட்டார். வயது 67.

வீடு நகைகள் எல்லாம் இருக்கிறதுதான். ஆனால் மாதாமாதம் ஏதாவது வந்தால்தான் சரியாக இருக்கும் போலிருக்கிறது என்றார்.

சிங்கப்பூரில் இருந்து வந்தபோது கையில் இருந்த கணிசமான பணத்தை இதையெல்லாம் கவனத்தில் கொண்டு முதலீடு செய்யவில்லை.

ஆறு ஏழு ஆண்டுகளில் இப்படி ஒரு நிலை வரக்கூடும் என்று அவர் எண்ணிப் பார்க்கவில்லை.

ஆங்கிலத்தில் ஒரு சொல்லாடல் உண்டு. Out of sight, out of mind என்பார்கள்.

கண்ணில் படாதது, சிந்தனையில் வராது என்பது அதன் பொருள். அலுவலகத்தில் இருந்து கிளம்ப நேரமாகிவிடுகிறது. அதனால் கட்டாயம் போகவேண்டிய பெரிய இடத்து திருமண வரவேற்பு நிகழ்ச்சிக்கு, அலுவலகத்தில் இருந்து நேரே போகவேண்டிய நேர நெருக்கடி. அதனால் என்ன என்று போய்விடுகிறோம்.

அங்கே போனதும்தான் தெரிகிறது, அது எவ்வளவு பெரிய இடம், பெரிய மஹால், வருகிறவர்கள் எல்லாம் எப்படி படோடோபமாக உடுத்தியிருக்கிறார்கள் என்று.

இனி என்ன செய்ய... அங்கே வாசல் வரை போயாயிற்று. அடுத்து உள்ளே போகவேண்டியதுதான். முன்கூட்டியே கொஞ்சம் யோசித்துப் பார்த்திருந்தால் அதற்கு ஏற்றவாறு போயிருக்கலாம்.

வெளிநாடு சுற்றுலா. போனபின்தான் அங்கிருக்கும் குளிர் தெரிகிறது. குளிருக்கு ஏற்ற உடை எடுத்துப் போகவில்லை. பெரிய விலை கொடுத்து வாங்கி செலவு செய்து வருத்தம்.

போகும் முன்பு அந்த இடம் தங்கப்போகும் நாட்கள் குறித்தெல்லாம் யோசித்திருந்தால், தகவல் தேடியிருந்தால், சேகரித்திருந்தால் முன்னேற்பாடுடன் போயிருக்கலாம்.

ஏதுவும் எவருக்கும் சிரமமில்லை. முன்கூட்டியே எண்ணிப் பார்த்தால், ஓரளவேணும் சமாளிக்கும் அளவு எதையும் செய்ய முடியும். ஆனால், திடுதிப்பென்று அங்கேபோன பின் நிலைமையை விளங்கிக்கொண்டால், சிரமம்தான்.

சுற்றுலா முடித்து திரும்புகையில் தெரிந்தவர்கள் பழகியவர்களுக்கு கொடுக்க சில பொருட்கள் வாங்கி வருகிறோம். எவருக்கெல்லாம் கொடுக்கவேண்டும், என்னவெல்லாம் வாங்கியிருக்கிறோம் என்று ஒரு சேரப் பார்த்தால், யோசித்தால் சிக்கலில்லை.

மாறாக நாம் ஊரில் இருந்து வந்ததும் எவர் நம்மை முதலில் சந்திக்கிறாரோ அவருக்கு கையில் கிடைத்ததை தூக்கி கொடுத்து விட்டபின், அப்படியே அடுத்தடுத்து சந்திக்கிறவர்களுக்கு கொடுத்தபின், நமக்கு மிக முக்கியமானவர், அதிகம் உதவி செய்திருப்பவர் வந்தால், அப்போது கொடுக்க ஏதும் இல்லையே என்று வருத்தப்பட நேரிடும் அல்லவா?

அப்படிப்பட்ட நிலைதான், ‘நானெல்லாம் இவ்வளவுநாள் வாழ்வேன் என்று நினைக்கவில்லை’ என்பதும்.

மாதம் பிறந்தால் வருமானம் வருகிறது. கையில் பணம் வந்ததும் எதிர்கொள்கிற செலவுகளை எல்லாம் செய்துவிட்டுப் பின், சேமிக்க ஏதும் இல்லை என்று பலரும் விட்டுவிடுகிறார்கள். பின்னால், பணி ஓய்வுக்குப் பின், வருமானம் நின்றுபோய், ஆனால் செலவுகள் மட்டும் தொடருகிறபோது திகைத்துப் போகிறார்கள்.

வாழ்க்கையின் முதல் பாகமும் இரண்டாம் பாகமும் ஒரே போல இருப்பதில்லை என்பதை சிலர் ஏனோ யோசித்துப் பார்ப்பதில்லை. கவனத்தில் கொள்வதில்லை.

அரசு மற்றும் சில தனியார் வேலைகள் தவிர பெரும்பாலானவர்களுக்கு 60 வயது வரை வேலை நிச்சயம் என்கிற உத்திரவாதமில்லை.

முன் எப்போதைக் காட்டிலும் மிக வேகமாக மாறுகிற உலகில், வாய்ப்புகள் இடம் மாறிக்கொண்டேயிருக்கின்றன. அதனால் பாவம் சிலர் தடுமாறிப்போய் முன்கூட்டியே வேலை இழந்துவிடுகிறார்கள்.

பணிக்காலம் முழுதும் வேலை செய்து சம்பாதித்தாலும், பணி ஓய்வுக்குப் பின் எழ சாத்தியம் இருக்கும் மருத்துவம் உள்ளிட்ட பெரும் செலவுகளுக்கு, வருமானம் வரும்போதே சேர்த்து வைக்க வேண்டும் அல்லவா?

அந்த வரும் காலத்தை இப்போதே இளமையிலேயே எல்லாம் சரியாக இருக்கும்போதே யோசிக்கவேண்டும். அதற்காக எடுத்து வைக்கவேண்டும்.

இது அதற்கு, இது மற்றொன்றுக்கு என்று தனித்தனியாக சேமிக்க வேண்டும்.

ஓரளவு மட்டுமே வசதியாக இருக்கிற மாத சம்பளக்காரர்களுக்கு நான் சொல்லும் யோசனை இதுதான்.

நீங்கள் சேமிக்க வேண்டியது, சேர்த்து வைக்க வேண்டியது இப்படி இருந்தால் நலம்.

1. ரொக்கம் அல்லது வங்கி வைப்பு- மூன்று முதல் ஆறு மாத தேவைக்கு

2. வீட்டுப் பெண்களுக்கு கொஞ்சம் தங்க நகை

3. குடியிருக்க வாடகை கொடுக்க வேண்டாத, எவரும் காலி பண்ணச் சொல்லாத வீடு- அதற்காக தேவைப்படும் பிளாட்டுக்கு கட்டும் மாதாந்திர தவணைத் தொகை

4. தன் மேற்படிப்பு, பிள்ளைகள் படிப்பு, திருமணம் போன்ற குறிபிட்ட தேவைகளுக்கான சேமிப்பிற்காக கட்டும் பரஸ்பர நிதியின் எஸ்.ஐ.பி.

5. தனது மாத வருமானத்ததைப் போல 100 மடங்கு ‘சம் அஷ்சூர்டு’ க்கான டர்ம் இன்சூரன்ஷ். அதற்கான பிரிமியத் தொகை

6. தனக்கும் தன் குடும்பத்துக்குமான மருத்துவ காப்பீடு. அதற்கான பிரிமியத் தொகை.

7. மாதம் பிறந்தால் அதுவாக வங்கிக்கணக்கில் வந்து விழுகிற பணம். ஓய்வூதியமோ அல்லது வட்டிப் பணமோ, அல்லது வாடகைப் பணமோ. அதை உருவாக்கத் தேவையன சேமிப்பு அல்லது முதலீடு.

8. ஏதும் அவரசர மருத்துவத் தேவை என்றால் சமாளிக்கிற அளவு மருத்துவ காப்பீடு அல்லது வங்கியில் வைத்திருக்கும் கணிசமான தொகை.

9. கூடுதலாக சேரும் பணத்தில் விலை ஏறக்கூடிய இடம்

மேற்சொல்லப்பட்டிருப்பவை சொல்லப்பட்டிருக்கும் வரிசைப்படி... முதலில் சொல்லப்பட்டிருப்பவை முதலில்... அடுத்தடுத்து மற்றவை.

{ 31 }

சில கையெழுத்துகள் தலை எழுத்தை மாற்றிவிடும்..

ராஜ்குமார் பொதுத்துறை நிறுவனம் ஒன்றின் உணவகத்தில் மேற்பார்வையாளர். நாள் ஒன்றுக்கு ஐந்தாயிரம் ஊழியர்கள் சாப்பிடும் உணவகம் அது.

இவரைப்போல இன்னும் சில மேற்பார்வையாளர்களும், அவர்களுக்கு எல்லாம் மேலதிகாரியாக ஒரு மேலாளரும் இருந்தாலும், ராஜ்குமார் கூடுதல் அக்கறையுடன் அங்கு பணியாற்றினார்.

பகல் 11.40 க்கு மதிய உணவுக்கான சங்கு ஊதப்படும். அதை சைரன் அடிப்பது என்பார்கள். அந்த சத்தம் கேட்டதுமே உற்பத்திக் கூடங்களில் கடுமையாக வேலை செய்துகொண்டிருக்கும் ஊழியர்கள் திமு திமுவெவென உணவகத்துக்குள் நுழைவார்கள். 12. 10 க்கு மற்றொரு சைரன் அடிக்கும். அப்போது மற்றொரு பேட்ச் ஊழியர்கள் சாப்பிட வருவார்கள்.

எல்லோரும் ஒரு மணிக்குள் சாப்பிட்டு முடித்து மீண்டும் உற்பத்திக் கூடங்களுக்குப் திரும்ப வேண்டும். இப்படிபட்ட நேரக் கட்டுப் பாட்டலும், பெரும் ஊழியர் எண்ணிக்கையாலும் அந்த ஒன்றைரை மணி நேரம் முழுவதும் உணவகம் அல்லோகலப்படும். ராஜ்குமார் மிகவும் பரபரப்பாக இருக்கும் நேரம் அது.

இப்படியாக மூன்று நான்கு ஆண்டுகள் போய்விட்டபின்பு, ஒரு நாள் நிறுவனத்தின் விஜிலென்ஸ் துறையில் இருந்து ராஜ்குமாருக்கு ஒரு கடிதம் வருகிறது. அவரை விசாரணை செய்யவேண்டும் என்று தெரிவிக்கிற கடிதம் அது.

முதலில் மனிதர் அதை நம்பவில்லை. அவ்வளவு உண்மையாக உழைக்கும் தன் மீதா விசாரணை என்று ஆச்சரியப்பட்டார். தவறுதலாக வந்திருக்கும் என்று நினைத்தார்.

உணவகத்துக்கு தினசாரி ஆயிரக்கணக்கான லிட்டர் பால் வரும். மூட்டைகள் கணக்கில் அரிசி, சீனி, டின்களில் எண்ணை, பருப்பு வகைகள், காய்கறி என்று வந்துகொண்டே இருக்கும், வெந்து கொண்டேயிருக்கும்.

உணவகத்துக்குள் வரும் மளிகை பொருட்கள், உணவக ஸ்டோரில் இறக்கி வைக்கப்படும். பின்பு சரி பார்க்கப்பட்டு, லாரி வண்டிக்காரர்கள் கொண்டுவந்த பில்களில், 'பெற்றுக்கொள்ளப் பட்டது' எனும் பொருள்பட 'ரிசீவ்டு' என்று ரப்பர் ஸ்டாம்ப் அடித்து, கையெழுத்துப் போட்டுக்கொடுக்கப்படும்.

அப்படி ரிசீவ்டு ஸ்டாம்ப் அடித்து கையெழுத்து போடப்பட்ட பில்களைத்தான் 'பணம் கொடுக்கலாம்' என்று அக்கவுண்ட்ஸ் துறையில், 'பாஸ்' பண்ணுவார்கள், பின்னர் செக் கொடுப்பார்கள்.

விஜிலென்ஸ் துறை அதிகாரிகள் ராஜ்குமாரிடம் தெரிவித்தது, ''நீங்கள் உணவக சப்ளையர்களிடம் லஞ்சம் பெற்றிருக்கிறீர்கள்'' .

அதிர்ந்துபோன ராஜ்குமாருக்கு அவர்கள் சொன்ன மேல்தகவல், ''உணவகத்துக்குள் வராத பொருட்களையும், நீங்கள் ரிசீவ்டு என்று கையெழுத்துப் போட்டுக்கொடுத்திருக்கிறீர்கள். அதற்காகத்தான் சப்ளையர் உங்களுக்கு பணம் கொடுத்திருக்கிறார்''

''சப்ளையர்களை நான் பார்த்ததுகூட இல்லையே''

''அதெல்லாம் எங்களுக்குத் தெரியாது, வராத பொருட்கள் வந்ததாக நீங்கள் கையெழுத்துப் போட்டு கொடுத்ததனால் கம்பெனிக்கு... ரூபாய் நஷ்டம். அந்த நஷ்டத்துக்கு நீங்கள்தான் பொறுப்பு''

உடனடியாக சஸ்பெண்டு செய்யப்பட்டு, ஓராண்டுக்கு மேலாக நடந்த விசாரணையில், வராத பொருட்கள் வந்ததாக கையெழுத்துபோட்டு, நிறுவனத்துக்கு நஷ்டம் ஏற்படுத்தியதற்காக சம்பளக் குறைப்புக்கு ஆளானார் ராஜ்குமார்.

ராஜ்குமாருக்கு கொடுக்கப்பட்ட தண்டனை கடுமையானது. அந்த சம்பளக் குறைப்பு ஓர் மாதத்துக்கு மட்டுமானது ஆனது அல்ல. அதன் பிறகு அவர் பணி செய்த அத்தனை ஆண்டுகளிலும் அவருக்கு குறைக்கப்பட்ட தொகை வரவில்லை.

அவர் தவறு செய்தாரா இல்லையா?

அவர் லஞ்சம் வாங்கவில்லை. அவருக்கும் சப்ளையருக்கும் தவறான தொடர்பு இல்லை. ஆனால், ஸ்டோர் கீப்பர் அந்த தவறுகளை எல்லாம் செய்துவிட்டு, கையெழுத்தை கர்ம சிரத்தையாக, பவ்யமாக ராஜ்குமாரிடம் வாங்கியிருக்கிறார். வேலை நேரத்தில் பரபரப்பாக இருக்கும் நேரங்களில்தான் ஸ்டோர் கீப்பர் இவரிடம் கையெழுத்துக்கு வருவார். அவசரம் என்பார். ''என்னப்பா எல்லாம் சரியா இருக்கா என்று மேம்போக்காக கேட்டுவிட்டு ராஜ்குமார், 'ரிசீவ்டு' என்ற ரப்பர் ஸ்டாம்பின் கீழ் கையெழுத்துப் போடுவார்.

ராஜ்குமார் போட்ட கையெழுத்துக்கு அவர்தான் பொறுப்பு. என்ன எழுதிப் போடுகிறாரோ அது சரியானதாக உண்மையானதாக இருக்க வேண்டுமல்லவா? அதற்குத்தானே அவருக்கு அந்தப் பதவி, அந்த அதிகாரம், அந்த சம்பளம்!

இப்படிக்கூட நடக்கும், இப்படியெல்லாம்கூட எவரும் செய்வார்கள் என்று நினைக்கவில்லை என்றார்.

வேலை செய்வது என்பது உண்மையாக இருப்பது, கடுமையாக உழைப்பது மட்டுமில்லை. பொறுப்புகளையும் சரியாக நிறைவேற்றுவது. ராஜ்குமார் தவறியது அங்கேதான். ராஜ்குமார் இழந்தது, ஓரளவு பணத்தை, கொஞ்சம் மரியாதையை மற்றும் கொஞ்சம் மனநிம்மதியை. தவறு நிகழ்ந்தபோது ராஜ்குமாருக்கு வயது 26, 27 இருக்கலாம்.

மற்றொருவருக்கு அதே போல நிகழ்ந்தபோது அவருக்கு வயது 55க்கும் மேல். பெயர் சந்தானம் என்று வைத்துக்கொள்வோம். அவருடைய தங்கை மகன் நடத்திய பப்ளிக் லிமிடெட் நிறுவனத்தில் இண்டிபெண்டெண்ட் இயக்குனராக சேரச் சொல்லி கேட்டிருக் கிறார்கள். ''மாமா நீங்கள் எல்லாம் எங்க நிறுவன போர்ட்டில் இருக்கணும், வழி காட்டணும்'' என்றெல்லாம் சொல்லியிருக்கிறார்கள்.

'நெருங்கிய சொந்தம். இளைஞர்கள் ஆரம்பித்திருக்கும் நிறுவனம். நமக்கு அங்கே வேலை ஏதுமில்லை. மாதம் ஒருமுறை போனால் போதும். சில பேப்பர்களில் இயக்குநர் என்ற முறையில் கையெழுத்து போடவேண்டும். எல்லாம் அவர்கள் ஏற்கனவே செய்து வைத்திருப்பார் கள். தவிர இதற்கு ஒவ்வொரு முறை போய்வருவதற்கு பயணப்பபடி மற்றும் சிட்டிங் பீஸ் தருவார்கள்'

சம்மதித்துவிட்டார். அதன்பின் அவரும் அந்த கம்பெனியின் டைரக்டர் களில் ஒருவர். இரண்டு மூன்று ஆண்டுகள் போயிற்று. அதன்பின் நிறுவன ஷேர் விலைகள் திடீரென உயர்ந்தது. அவர் வசம் இருந்த ஓரளவு ஷேர்களை விற்க நினைத்தார். தங்கை மகன், 'வேண்டாம் என்று சொன்னார். இன்னும் உயரும், பொறுத்திருங்கள்' என்றார்.

அதன்பின் ஷேர் விலை இறங்கியது. மோசமாக வீழ்ந்தது. அடடா! விற்காமல் விட்டுவிட்டோமே என்று நினைத்தார். அதன்பின் அந்த நிறுவனம் அதன் கணக்குகளில் சில தில்லுமுல்லுகள் செய்திருப்பதாக கண்காணிப்பு ஆணையத்தில் இருந்து நோட்டீஸ் வந்திருக்கிறது, எல்லா டைரக்டர்களுக்கும்.

எனக்கு இது பற்றியெல்லாம் ஏதும் தெரியாது. நான் அவ்வப்போது சும்மா போய் வருவேன் அவ்வளவுதான் என்றார் சந்தானம். மேலும் நான் முழு நேர ஊழியனோ, அதிகாரியோ அல்ல என்றார். முடிவுகளை நான் எடுக்கவில்லை என்றார். ஆடிட்டர்கள் எல்லாம் பார்த்திருக் கிறார்களே எ்ன்றார். சிலது எனக்குத் தெரியவே தெரியாது என்றார்.

அவர்கள் எதையும் ஒப்புக்கொள்ளவில்லை. 'நீங்கள் அந்நிறுவனத்தின் இயக்குனர். முக்கிய முடிவுகளில், மினிட்ஸ்களில் உங்கள் கையெழுத்து இருக்கிறது. நீங்களும் இவற்றுக்கெல்லாம் உடந்தை' என்றார்கள். ''சம்மதம் இல்லாத விஷயங்களில் கையெழுத்துப் போடும்போது, டிஸ்செண்ட் நோட் எனும் 'எனக்கு சம்மதமில்லை' என்று எழுதி கையெழுத்துப்போட்டிருக்கலாமே. அப்படி செய்ய வில்லையே'' என்று அவரைத் திருப்பிக் கேட்டிருக்கிறார்கள்.

மொத்தத்தில் அவர் சொன்னது எதுவும் எடுபடவில்லை.அவர் கையெழுத்துப் போட்டிருந்த பேப்பர்கள் அவருக்கு எதிராக சாட்சியம் கூறின.

அவருக்கு 40 லட்ச ரூபாய் அபராதம் போடப்பட்டது. அவரது இரு பிள்ளைகளும் வெளிநாட்டில். மனைவியும் போய் சேர்ந்தாயிற்று. வழக்கு முடியவில்லை. அவர் ஒரு 'ஓல்ட் ஏஜ் ஹோம்'ல் கவலைப்பட்டுக்கொண்டிருக்கிறார். அனேகமாக அவரது வீட்டை விற்று அபராதத்தை கட்டிவிடுவார் என்பது நிலைமை.

அவரே தவறு செய்யவேண்டும் என்பதில்லை. நிகழும் தவறுகளை கவனியாமல் அல்லது கவனித்தாலும் அதைப் பற்றி பேச சக்தியில்லாதவர்கள், அது தொடர்பான ஆவணங்களில் கையெழுத்து போடாமல் இருக்க வேண்டும்.

கையெழுத்து போடுவது கவுரவமான, பெருமையான வேலை மட்டுமல்ல. மிகப் பொறுப்பானதும் கூட.

{ 32 }

எல்லா நேரமும் பணம் மட்டுமே போதாது

எல்லாம் ஒரு சாண் வயிறுக்குத்தான். மூன்று வேளை சாப்பாடு போதும் என்று எவராலும் சொல்ல முடியுமா? சொன்ன காலமெல்லாம் போயாயிற்று. இந்த காலகட்டத்தின் வாழ்க்கைத் தேவைகள் வெறும் உணவும், உடையும், குடியிருக்க இடமும் மட்டுமா?

மின்சாரம், போக்குவரத்து, செல்போன், டேட்டா கார்டு, ஆயுள் காப்பீடு, வாகன காப்பீடுகள், மருத்துவ கட்டணங்கள், பொழுதுபோக்கு களுக்கு ஆகும் செலவு, பண்டிகைகளுக்குத் தேவைப்படும் பணம், பள்ளி, கல்லூரி கட்டணங்கள் என்று எத்தனை எத்தனை புதிய அத்தியாவசிய தேவைகள் வந்துவிட்டன!

நடுத்தர வர்க்கத்தினருக்கும் மாத சம்பளக்காரர்களுக்கும் முன்பெல்லாம் மாதக் கடைசிகள்தான் சிரமம் கொடுத்தன. இப்போது நிலைமை வேறு. மாத ஆரம்பம்தான் அச்சம் கொடுக்கின்றன. ஒன்றாம் தேதி ஆனவுடன் கொடுக்கவேண்டிய வாடகை அல்ல, கட்ட வேண்டிய ஈ.எம்.ஐ.கள் பயமூறுத்துகின்றன. அவ்வளவு கடன்கள் வாங்கி விடுகிறார்கள்.

கூவிக்கூவி கொடுக்கப்படும் கடன் அட்டைகளாலும் கடன்களாலும் தான் எத்தனை பேருக்கு அவமானங்கள். அதனால் ஊரைவிட்டு ஓடுதல், தற்கொலைகள், கொலைகள். ஆக, இன்றைய தேதியில் காசுதான் கடவுள். பணம்தான் சர்வரோக நிவாரணி.

சம்பளம், பென்ஷன், வட்டி அல்லது வாடகைப் பணம் என்று ஏதாவது ஒன்றாவது மாதம் பிறந்தால் வங்கிக்கணக்கில் வந்து

விழவேண்டும். எப்போது போய் ஏடிஎம் போய் அட்டையை உரசி, பின்நம்பர் போட்டாலும் கரன்சி வரவேண்டும். எடுக்க எடுக்க வரவேண்டும். அதற்கு எந்த மகராசனாவது மாதாமாதம் படியளக்க வேண்டும். காசு இல்லாமல் வாழவே முடியாது.

இல்லாதவர்களைக் கொஞ்சம் கொஞ்சமாய் நகர்த்தி நகருக்கு வெளியே ஊருக்கு வெளியே தள்ளிவிடுவார்கள்.

எனக்கு மிகவும் வேண்டிய ஒருவரின் தாய், அவரது 77 வது வயதுக்குப்பின் கை கால்கள் வராமல் படுத்த படுக்கையாகிவிட்டார். அவருடைய மூன்று பிள்ளைகள் அவரைக் கைவிடவில்லை. சமைத்துக் கொடுக்க மற்றும் ஏனைய தேவைகளையும் பார்த்துக் கொள்ள, 12 மணிநேர டூட்டியில் இரண்டு நர்சுகள் ஏற்பாடு செய்து அந்தத் தாயின் இறுதி காலம் வரை பார்த்துக்கொண்டார்கள். இப்படியாக அவர்கள் மாற்றி மாற்றிப் பார்த்துகொண்டது மொத்தம் 10 ஆண்டுகள்.

நல்ல பிள்ளைகளைப் பெற்ற தாய், நல்ல மனம் படைத்த பிள்ளைகள் என்றெல்லாம் சொன்னாலும், அவர்களெல்லாம் வசதி இல்லாமல் இருந்திருந்தால் இவ்வாறெல்லாம் அதுவும் அத்தனை காலம் பார்த்துக்கொண்டிருக்க முடியுமா?

மற்றொரு பிரபல நபருக்கும் அப்படிப்பட்ட சேவையை அவரது குடும்பம் கொடுத்தது. அவரும் ஏழு ஆண்டுகள் பெரிய வீட்டின் ஒற்றை அறைக்குள் வாழ்க்கையை ஓட்டினார். மாதம் அறுபது எழுபது ஆயிரம் செலவானது.

பொருள் இல்லார்க்கு இவ்வுலகம் இல்லை. அது இல்லாத போது தான் அதன் அருமை தெரியும் என்பதெல்லாம் சும்மா சொல்லபட்டதல்ல.

ஆகவே எவ்வளவு பணம் இருந்தாலும் அதை மதிக்க வேண்டும். அலட்சியம் அதளபாதாளத்தில் தள்ளிவிடும்.

இந்த உலகம் ஒன்றல்ல. வேறுபாடுகளால் நிறைந்தது. தேவைகள் ஒரே போல இருந்தாலும் அவற்றை நிறைவேற்றிகொள்ளும் விதங்களில்தான் எவ்வளவு வித்தியாசங்கள்!

சாதாரணத் தேவையான சவரம் செய்யும் பிளேடுகளில் கூட வேறுபாடு உண்டு தெரியுமல்லவா. இரண்டு ரூபாய் முதல் 100 ரூபாய் வரை டபுள், டிரிபிள் பிளேடுகள் இருக்கின்றன. எல்லாம் 'யூஸ் அண்ட் த்ரோ' வகைகள். அனைத்துமே சவரம் செய்ய மட்டும்தான்.

அரசு பஸ்கள், ஆம்னி பஸ்கள், மல்டி ஆக்ஸில் சிலீப்பர் என்று பேருந்துகளிலும், முதல், இரண்டாம் மூன்றாம் வகுப்பு ஏசி வசதிகள்

என்று ரயில்களிலும், எக்கானமி கிளாஸ், பிசினெஸ் கிளாஸ் என்று விமானங்களிலும் என்று எந்த இடத்தில் வேறுபாடு இல்லை?

வழிபாட்டு இடங்களில், சாலைகளில், படிப்பில், மருத்துவத்தில், உறவுகளில், சுற்றுலா, பொழுதுபோக்கு இடங்களில், உணவகங்களில் என்று சகல இடங்களிலும், கொடுக்கும் காசுக்கு ஏற்பதான் தரமும், சேவையும்.

இது பணத்தால் ஆன, பணத்துக்கு மதிப்பளிக்கும் பொல்லாத உலகம்.

வாழும் இடம், புசிக்கும் உணவு, உடுத்தும் உடை, போக்குவரத்து, பொழுதுபோக்கு, படிப்பு எதுவும் ஒன்றல்ல. இந்த உலகத்துக்குள் பல்வேறு உலகங்கள் அடுக்குகள் இருக்கின்றன. மனிதன் தொடர்ந்து வாழ்நாளெல்லாம் அதன் அடுக்குகளில் நெருக்கி அடித்து முண்டி மோதி மேலேறப் பார்கிறான்.

பணம்தான் அந்த நகர்தலைச் செய்யும் கருவி.

அப்படி தவிர்க்கவே முடியாத பணம் கிடைத்துவிட்டால் மிகப்பெரும் சந்தோஷம். 'பொன்மகள் வந்தாள், பொருள் கோடி தந்தாள்' என்பது போலதான். இல்லாவிட்டால் அசௌகர்யம், அவமானம்.

சிலர் உடன் இருந்து அவர்கள் வாழ்க்கையை லகுவாக்கி, அவர்களை பிரமாதமாக வாழ வைக்கும் 'ஸ்ரீதேவி' பணம். வேறு சிலருக்கோ சின்னச் சின்ன முக்கியத் தேவைகளின்போதுகூட கையில் அகப்படாமல், கண்ணாமூச்சி ஆடிக் கதறவிடும் '...தேவி' தான் பணம்.

ஆகவே, உழைத்து, திறமை காட்டி சம்பாதிப்பது. தேவைக்கு செலவு செய்வது, எதிர்காலத்துக்கு சேமிப்பது, கூடுதலாக கிடைத்தாலும், இருந்தாலும் அதை மதிப்பது என்பதை அவசியம் செய்யத்தான் வேண்டும்.

அதே பணத்துக்கு இன்னொரு முகமும் உண்டு. யானை இருந்தாலும் ஆயிரம் பொன், இறந்தாலும் ஆயிரம் பொன் என்று சொல்வார்கள். பணமும் அப்படித்தான். அது இல்லாவிட்டாலும் பிரச்னை, இருந்தாலும் பிரச்னை. ஆம், சிலருக்கு அளவுக்கு மீறி இருக்கும் அந்தப் பணமே பிரச்னை தரும் என்பதை கவனித்திருக்கிறீர்களா?

தமிழ்நாட்டின் அந்த மாபெரும் பணக்காரர், பணத்துக்கு அரசர். தன் சட்டைப் பாக்கெட்டில் இருந்து இருபது முப்பது ஆண்டுகளுக்கு முன்பே 100 ரூபாய் நோட்டுகளாக உருவி உருவிக்கொடுத்தவர். அவர் சேர்த்து வைத்திருந்த பணமே அவருக்கு சிரமங்கள் கொடுத்தது. இறுதிக் காலம் நிம்மதியாகப் போகவில்லை.

ஒருவருக்கு எத்தனை ஏக்கர் நிலம் இருந்தாலும் அதில் குதிரைவால் சம்பா நெல் எத்தனை மூட்டை விளைந்தாலும், அவருக்கு சர்க்கரை வியாதி என்றால் அவர் சாப்பிட கேழ்வரகோ சோளமோ, ஓட்ஸ்சோதான். 'வண்டி நிறைய அரிசி மூட்டை பசியோடு வண்டிக்காரன்' என்று ஒரு கவிஞன் எழுதியதைப் போல அதைச் சுற்றி எத்தனையோ விநோதங்கள்.

ஒரு பன்னாட்டு நிறுவனத்தில் நாள் ஒன்றுக்கு 14 மணி நேரம் வேலை செய்து நல்ல சம்பளம் வாங்கிக்கொண்டிருந்த நேரம் அது. ஆண்டு 2001. டைபாய்டு காய்ச்சல் வந்து வீட்டில் இருக்க வேண்டிய கட்டாயம் வந்தது.

ஒரு பகல் நேரம் வசதியான ட்ரிப்பிள் பெட்ரூம் பிளாட்டின் வராண்டாவில் நின்று தெருவைப் பார்த்தேன். அப்போது தோன்றியது. 'அட! 10,000 ரூபாய் வாடகை வீடுதான் எவ்வளவு நன்றாக வசதியாக இருக்கிறது' சனி ஞாயிறுகளில்கூட விடாமல் வேலை வாங்கிய அந்த நிறுவனம் அதன் செலவில் எனக்கு கொடுத்திருந்த 'கம்பெனி லீஸ்டு அக்காமண்டேஷன்'. அவ்வளவு உழைத்து நான் சம்பாதித்த அந்த வீட்டில் நான் அனுபவித்தது இரவில் சில மணி நேரங்கள் தூங்கியது மட்டும்தான்.

வீடு இருந்தும் அதை அனுபவிக்கவில்லை. மெத்தை வாங்கமுடியும். தூக்கத்தை வாங்க முடியாது என்பார்களே அப்படிப்பட்ட நிலை.

பணம் ஒரு அற்புதமான கருவிதான். அதனால் பலவற்றையும் வாங்க முடியும்தான். ஆனால் எல்லாவற்றையும் அல்ல; எல்லோரையும் அல்ல. ஓரளவுக்கு மேல் அதற்கு அனுமதியில்லை. எத்தனை எஸ்டேட்கள் வைத்திருந்தாலும், டேங்க்கர் டேங்கராக ரொக்கம் இருந்தாலும் அவற்றால் ஆரோக்கியத்தை, மன நிம்மதியை வாங்க முடியாது. எமனிடம் எந்த நாட்டுக் கரன்சியும் செல்லாது. ஆக, எல்லா நேரமும் பணம் மட்டுமே போதாது.

எனவே, 'கிடைத்ததைப் பகுந்து கொடுத்துத் தானும் உண்டு பல உயிர்களையும் காப்பாற்றுதல் அறநூலார் தொகுத்த அறங்கள் எல்லாவற்றிலும் தலையான அறமாகும்' எனும் பொருள்பட,

பகுத்துண்டு பல்லுயிர் ஓம்புதல் நூலோர்

தொகுத்தவற்றுள் எல்லாந் தலை.

என்ற திருவள்ளுவரின் வாக்குக்கு ஏற்ப, சிரமப்படுவோருக்கு பணத்தை கொடுத்தும் இன்பமடையலாம்.

மொத்தத்தில், பணம் இல்லாததால், இருந்ததால், பணத்துக்காக, என்று பணத்தைச் சுற்றி, அது உருவாக்கப்பட்ட காலம்தொட்டு எத்தனை எத்தனையோ நடந்திருக்கின்றன. தொடர்ந்து நடந்து கொண்டிருக்கின்றன.

மொத்தத்தில் அது ஒரு மாயம், அது ஒரு புதிர். அதில் பல ரகசியங்கள். சிலவற்றைப் பார்த்தோம். வாழ்த்துகள்.

நல்ல முறையும் சம்பாதியுங்கள்... நல்ல முறையில் அனுபவியுங்கள்.

www.ingramcontent.com/pod-product-compliance
Lightning Source LLC
LaVergne TN
LVHW100547051026
849519LV00003B/867